ಭಾವನೆಗಳಚಿತ್ತಾರ

ಕವನಸಂಕಲನ

ಡಾ. ಚಂದ್ರಶೇಖರಚನ್ನಾಪುರಹಾಲಪ್ಪ

ISBN 978-93-5667-073-0
© Dr. Chandrashekhar C.H 2022
Published in India 2022 by Pencil

Contributors:
Editor: Dr. Chandrashekhar C.H
Editor: Dr. Chandrashekhar C.H

A brand of
One Point Six Technologies Pvt. Ltd.
123, Building J2, Shram Seva Premises,
Wadala Truck Terminal, Wadala (E)
Mumbai 400037, Maharashtra, INDIA
E connect@thepencilapp.com
W www.thepencilapp.com

Author biography

ಡಾ. ಚಂದ್ರಶೇಖರಚನ್ನಾಪುರಹಾಲಪ್ಪರವರು ದಿನಾಂಕ 25-12-1982 ರಂದು ಕಡೂರು ತಾಲ್ಲೂಕಿನ ಚನ್ನಾಪುರ ಗ್ರಾಮದಲ್ಲಿ, ಹಾಲಪ್ಪ ಮತ್ತು ತಾಯಮ್ಮ ಇವರ ಪುತ್ರನಾಗಿ ಜನಿಸಿರುತ್ತಾರೆ. ಇವರು ಸಾಹಿತ್ಯ ಕ್ಷೇತ್ರದಲ್ಲಿ 2016 ನೇ ಇಸವಿಯಿಂದ ಕವನಗಳು, ಕಾದಂಬರಿ, ಕಥಾಸಂಕಲನ, ವಚನಸಂಕಲನ ಮತ್ತು ವ್ಯಕ್ತಿತ್ವ ವಿಕಾಸನಕ್ಕೆ ಸಂಬಂಧಿಸಿದ ಪುಸ್ತಕ ಬರೆಯುವುದರಲ್ಲಿ ತಮ್ಮ ಬಿಡುವಿನ ಸಮಯವನ್ನು ವಿನಿಯೋಗಿಸುತ್ತಿದ್ದಾರೆ. ಇವರು ಸಹ್ಯಾದ್ರಿ ವಿಜ್ಞಾನ ಕಾಲೇಜು ಶಿವಮೊಗ್ಗದಲ್ಲಿ ಬಿ.ಎಸ್ಸಿ ಪದವಿ, ಕುವೆಂಪು ವಿಶ್ವವಿದ್ಯಾನಿಲಯದಲ್ಲಿ ಎಮ್.ಎಸ್ಸಿ ಪದವಿ ಮತ್ತು ರಸಾಯನಶಾಸ್ತ್ರದಲ್ಲಿ ಪಿಎಚ್.ಡಿ ಪದವಿ ಪಡೆದಿರುತ್ತಾರೆ ಹಾಗೂ

ಭಾರತೀಯ ವಿಜ್ಞಾನ ಸಂಸ್ಥೆ, ಬೆಂಗಳೂರು ದಕ್ಷಿಣಕೊರಿಯದ ವಿಶ್ವವಿದ್ಯಾನಿಲಯ ಮತ್ತು ಸಾಬಿಕ್ ಇನ್ನೋವೆಟಿವ್ ಪ್ಲಾಸ್ಟಿಕ್, ಬೆಂಗಳೂರುಗಳಲ್ಲಿ ತಮ್ಮ ಪೋಸ್ಟ್ ಡಾಕ್ಟರಲ ಸಂಶೋಧನೆ ಕೈಗೊಂಡಿರುತ್ತಾರೆ. ಪ್ರಸ್ತುತ ಕಡೂರಿನ ಸ್ನಾತಕೊತ್ತರ ಕೇಂದ್ರ ಕುವೆಂಪು ವಿಶ್ವವಿದ್ಯಾನಿಲಯದಲ್ಲಿ ಅತಿಥಿ ಉಪನ್ಯಾಸಕರಾಗಿ ಕಾರ್ಯ ನಿರ್ವಹಿಸುತ್ತಿದ್ದಾರೆ. ಇವರು ಕನ್ನಡ ಸಾಹಿತ್ಯ ಕ್ಷೇತ್ರದಲ್ಲಿ ಕವಿ. ಲೇಖಕರು ಹಾಗು ಸಿನಿಮಾ ಸಾಹಿತಿಗಳಾಗಿ ಗುರುತಿಸಿಕೊಳ್ಳುವ ನಿಟ್ಟಿನಲ್ಲಿ ಪಯಣಸಾಗಿದೆ. ಇವರ ಕಾವ್ಯದ ಕುಸುರಿಯಲ್ಲಿ ನೂರಾರು ಕನಸು ಚೂರಾದ ಮನಸು ಮತ್ತು ಬದುಕಿನ ಬಣ್ಣ ಎಂಬ ಕವನಸಂಕಲನಗಳು ಪ್ರಕಟಗೊಳ್ಳುತ್ತಿವೆ ಹಾಗೂ ಮೂರನೇಯ ಕವನ ಸಂಕಲನ ಭಾವನೆಗಳ ಚಿತ್ತಾರ ಪ್ರಕಟಣೆಗೆ ಸಜ್ಜಾಗಿ, ನಿಮಗಾಗಿ ಹೊರ ಹೋಮ್ಮುತ್ತಿದೆ .

CONTENTS

ಭಾವನೆಗಳಚಿತ್ತಾರ

Epigraph

ಅರ್ಪಣೆ

ನನ್ನ ಪ್ರೀತಿಯ ಶಿಕ್ಷಕರು ಮತ್ತು ಗೆಳೆಯ ಗೆಳತಿಯರಿಗೆ

ಕಾಣದ ಹೂವೊಂದು

ಕೈಬಿಸಿ ಕರೆಯಿತು

ಒಲವಿನ ತೀರಕೆ

ನನ್ನನ್ನುಸೆಳೆಯಿತು

ನಡುದಾರಿಯಲ್ಲಿ

ಏಕೋತೊರೆಯಿತು

ಬಿಡಿಸದರಂಗೋಲಿ

ಬದುಕನ್ನುಕಟ್ಟಿತು

ಒಲವಿನ ಆಸೆ

ಮತ್ತೆ ಹುಟ್ಟಿತು

ಜೀವನವು ಬಣ್ಣ

ಭಾವನೆಗಳಚಿತ್ತಾರ

ನೋವು ಗೆಲುವಿನ ಸುಣ್ಣ

ತೆರೆದು ನೋಡುಕಣ್ಣ

ನೆನೆದು ಸಾಗಿದ ಮಣ್ಣ

ಬರೆದ ಭಾವನೆಗಳ ಚಿತ್ತಾರವೇ

ನೆನಪುಗಳ ಬಣ್ಣ

ಸಮರ್ಪಣೆ

The happiest life is that which consistently exercises and educates which is best in us.

Philip G. Hamerton

If I can dream, Ican act and if I can act, I can become.

Poh Yu Khing

Things donot change- we change.

Henry David Thoreau

Failure is a success if we learn from it.

Malcolm Forbes

Foreword

ನಲ್ನುಡಿ

ಡಾ. ಚಂದ್ರಶೇಖರ ಚನ್ನಾಪುರ ಹಾಲಪ್ಪ ಸ್ನಾತಕೋತ್ತರ ಕೇಂದ್ರ, ಕಡೂರ, ಕುವೆಂಪು ವಿಶ್ವವಿದ್ಯಾಲಯದಲ್ಲಿ ರಸಾಯನ ಶಾಸ್ತ್ರದ ಉಪನ್ಯಾಸಕರು,ಹಾಗು ಬಿ.ಎಸ್ಸಿ ಪದವಿ ಸಹ್ಯಾದ್ರಿ ಕಾಲೇಜಿನಿಂದ, ಎಂ.ಎಸ್ಸಿ. ಮತ್ತು ಪಿಎಚ್.ಡಿ ಪದವಿ ರಸಾಯನ ಶಾಸ್ತ್ರದಲ್ಲಿ ಕುವೆಂಪು ವಿಶ್ವವಿದ್ಯಾಲಯದಿಂದ ಪಡೆದವರು. ಹಲವಾರು ಸಂಶೋಧನಾ ಲೇಖನಗಳನ್ನು ರಾಷ್ಟ್ರೀಯ, ಅಂತರಾಷ್ಟ್ರೀಯ ಜರ್ನಲ್ಸ್ ನಲ್ಲಿ ಬೆಳಕು ಕಂಡಿವೆ. ಭಾರತೀಯ ವಿಜ್ಞಾನ ಸಂಸ್ಥೆ ಜೊತೆಗೆ ದಕ್ಷಿಣ ಕೊರಿಯಾದಲ್ಲಿ ತಮ್ಮ ವಿಜ್ಞಾನ ದಾಹಕೆ ನೀರರಿಸಿ ಬಂದಿದ್ದಾರೆ.

ಹೀಗೆ ಕನಸ್ಸು ಮನಸ್ಸಿನಲ್ಲಿ ರಸಾಯನಶಾಸ್ತ್ರ ವಿಜ್ಞಾನ ಮೆಲುಕು ಹಾಕುವ ಈ ಯುವಕನ ಹೃದಯದಾಳದಲ್ಲಿ ಕವಿಯೊಬ್ಬ ಅಡಗಿ ಕುಳಿತಿರುವುದು ಅಚ್ಚರಿ. ಅ ಕವಿ ಕೇವಲ ಅಡಗಿ ಕುಳಿತಿಲ್ಲ ಬದಲಿಗೆ ವಿಜ್ಞಾನದ ಅಂತಃಸತ್ತ್ವವನ್ನು ಹೀರಿ ತನ್ನದೇ ಆದ ಹೊಸ ರಸಾಯನ ಪಾಕವನ್ನು ಸಿದ್ಧಗೊಳಿಸುತ್ತಿದ್ದಾನೆ. ಈಗಾಗಲೇ ಎರಡು ಕೃತಿ ಪ್ರಕಟಣೆಗೆ ಸಿದ್ಧವಾಗಿ ಮೂರನೇ ರಸಕಾವ್ಯವನ್ನು ಸಹೃದಯದಿ ಕೈಲಿಡಿದು ಸಿದ್ಧನಾಗುತ್ತಿದ್ದಾನೆ,ಇದು ನಿಜದ ಅಚ್ಚರಿ.

ನೂರಾರು ಕನಸು ಚೂರಾದ ಮನಸು ಕವನ ಸಂಕಲನದಲ್ಲಿ ಹದಿಹರೆಯದ ಭಾವವೈವಿದ್ಯಾಗಳ ಹಾಸುಹೋಕ್ಕದರೆ.

ಎರಡನೆಯ ಕವನ ಸಂಕಲನ ಬದುಕಿನ ಬಣ್ಣ ಆಳ ಅಗಲಗಳನ್ನು ಹುಡುಕಾಡುತ್ತವೆ.

ಈ ಮೂರನೇಯ ಕವನ ಸಂಕಲನ ಭಾವನೆಗಳ ಚಿತ್ತಾರದಲ್ಲಿ - ಕವನಗಳಿವೆ ನನ್ನಾಸೆ ಹೂವು ವಿಫಲ ಪ್ರೀತಿಯಲಿ ನೊಂದ ವಿಷಾದವನ್ನು ಹೇಳ ಹೇಳುತ್ತಾ ಗುಬ್ಬಚ್ಚಿ ಗೂಡಿನಲಿ ಹಕ್ಕಿ ಇರದೇ ಜೋತಾಡೋ ಮನೆಯಾಗಿದೆ ಎನ್ನುವ ಉಪಮೆ ಮನಸೆಳೆಯುತ್ತದೆ. ಮಸಣದ ತೇರು ಕವನವು ಅಂತಿಮ ಯಾತ್ರೆಯ ಅನಿವಾರ್ಯದ ಕ್ರಿಯೆಗೆ ದನಿಯಾಗಿ.

"ಮಸಣದ ತೇರು ನೋಡಿರೋ ಅಣ್ಣ

ವಿಧಿಯಾಟದಲ್ಲಿ ಮಾಸಿತು ಬದುಕಿನ ಬಣ್ಣ"

ಎಂದಿರುವ ನುಡಿಗಳು ಮನದಲ್ಲಿ ಬಹುಕಾಲ ನಿಲ್ಲುತ್ತವೆ. ಮದುವೆ ಮುಂಚೆ ಇಂಚೆ ಕವಿತೆಯಲ್ಲಿ ಒಂದಿಡಿ ಬದುಕಿನ ಚಿತ್ರ ಕಟ್ಟಿ ಕೊಡುವ ಚಂದ್ರಶೇಖರ ಮದುವೆಯ ಹೊಸತರಲ್ಲಿ.

ಸಾಗಿತು ಜೀವನ ನಗುವಿನಲಿ.

ಮಾಗಿತು ಮೈಮನ ಉಲ್ಲಾಸದಲಿ

ಹಾರಿತು ಮನಗಳು ಆಕಾಶದಲ್ಲಿ

ತೇಲಿತು ಜೀವನ ಸಮುದ್ರದಲ್ಲಿ

ಎಂದಿರುವ ನುಡಿಗಳು ಎಲ್ಲರ ಬದುಕಲ್ಲಿ ಬರುವಂತಹವೇ. ;ಬಾಳು ಚದುರಂಗ' ಕವಿತೆ ಹುಚ್ಚು ಮನದ ಹತ್ತಾರು ಭಾವನೆಗಳನ್ನು ನಿವೇದಿಸಿ ಕೊಂಡರೆ.'ಯುದ್ಧ ಯುದ್ಧ' ಕವನದಲ್ಲಿ ರಣರಂಗದ

ನೆಲದಲ್ಲಿ ಮಾನವೀಯತೆಯ ಹೂ ಹುಡುಕುವ ಕಾಯಕ ಮಾಡಿದ್ದಾರೆ.

ಹೀಗೆ ಬರೆಯುತ್ತಲೇ ಚಂದ್ರಶೇಖರ ಸಕಾಲದ ಸಮಸ್ಯೆಗಳಿಗೆ ಸದಾ ಸ್ಪಂದಿಸುವ ನಿಮ್ಮ ಹೃದಯದ ಮಿಡಿತಗಳು ಜೀವನದ ಸವಾಲುಗಳನ್ನು ಗುರುತಿಸುತ್ತ ಅವುಗಳಿಗೆ ಸರಿಯಾದ ಉತ್ತರಗಳನ್ನು ಹುಡುಕುತ್ತಾ ಜೀವನದ ಸಂಭ್ರಮವನ್ನು ಅನುಭವಿಸುತ್ತಾ ಅದಕ್ಕೆ ಆಳವಾದ, ನುಡಿಕಾರನು ನೀಡುತ್ತಿರಲಿ ಹಾರ್ಧಿಕ ಅಭಿನಂದನೆಗಳು

ಇಂತಿ ಪ್ರೀತಿಯ

ಮಂಜುಳಾ ಹುಲ್ಲಹಳ್ಳಿ

ಸಾಹಿತಿಗಳು

ಚಿಕ್ಕಮಗಳೂರು

ಶಿಷ್ಯನ ಕವಿತೆಗಳ ಓದಿನ ನುಡಿ

ಕವಿ ವಿಚಾರಗಳಿಗೆ ತೆರೆದು ಕೊಳ್ಳುವ ಭಾವ ಪ್ರಪಂಚವು ವಾಸ್ತವದ ಅನುಭವವನ್ನು ಕಟ್ಟಿಕೊಡುತ್ತದೆ ಅನ್ನುವುದು ಸಾಮಾನ್ಯ ಸಂಗತಿಯಾದರೂ, ವಿಜ್ಞಾನದ ವಿದ್ಯಾರ್ಥಿ ಭಾಷೆ, ಸಾಹಿತ್ಯ ಮತ್ತು ಸಂಸ್ಕೃತಿಗೆ ತನ್ನನ್ನೂ ಒಡ್ಡಿಕೊಳ್ಳುದು ಮಾತ್ರ ಸಾಮಾನ್ಯ ಸಂಗತಿಯಾಗಿರುವುದಿಲ್ಲ. ವಸ್ತುನಿಷ್ಠವಾಗಿ ಎಲ್ಲವನ್ನೂ ಪ್ರಾಯೋಗಿಕವಾಗಿ ನೋಡುವ ಮನಸ್ಸು ಭಾವನಾತ್ಮಕವಾಗಿ ಬದುಕನ್ನು ಹಾಗೂ ಸಮಾಜವನ್ನು ನೋಡುವುದು ಬರವಣಿಗೆಯ ಹೊಸ ಮನ್ವಂತರಕ್ಕೆ ದಾರಿ ಮಾಡಿಕೊಡುತ್ತದೆ ಅನ್ನುವುದು ನನ್ನ ಭಾವನೆ. ಎರಡು ದಶಕಗಳ ಹಿಂದೆ ಸಹ್ಯಾದ್ರಿ ಕಾಲೇಜಿನಲ್ಲಿ ವಿಜ್ಞಾನದ ವಿದ್ಯಾರ್ಥಿಯಾಗಿದ್ದ ಡಾ. ಚಂದ್ರಶೇಖರ ಚನ್ನಾಪುರ ಹಾಲಪ್ಪ ಮೂರನೇ ಕವನ ಸಂಕಲವನ್ನು ಪ್ರಕಟಿಸುತ್ತಿರುವುದು ಹೆಮ್ಮೆಯ ಸಂಗತಿ. ಕವಿತೆಗಳಲ್ಲಿ ಕವಿಯ ಮನಸ್ಸಿನ ಭಾವಗಳನ್ನು ನಿಖರವಾಗಿ ಅಭಿವ್ಯಕ್ತಿಗೊಂಡಿದ್ದರು ವಸ್ತು ಮತ್ತು ಆಶಯಗಳನ್ನು ಕ್ರೂಢೀಕರಿಸುವ ಮತ್ತು ತಾತ್ವಿಕ ನೆಲೆಗಳ ಅನಾವರಣವನ್ನು ಇನ್ನೂ ಗಟ್ಟಿಯಾಗಿಸಬಹುದ್ದಿತ್ತು ಅನ್ನಿಸುತ್ತದೆ. 'ಯುಗಾದಿ' ಕವಿತೆ ಭೂಮಿಯ ಸಡಗರವನ್ನು ಮತ್ತು ವರ್ಷದ ನೂತನವಾಗುವ ಹಬ್ಬದ ಸಂಭ್ರಮವನ್ನು ಹೇಳುತ್ತದೆ. 'ತೇಲುವ ದೋಣಿ' ಶೀರ್ಷಿಕೆಯ ಆಶಯ ಕವಿ ಭಾವಕೇಂದ್ರಿತ ನೆಲೆಯಲ್ಲಿಯೇ ಸಾಗುತ್ತದೆ.ಜನಮಾನಸದಲ್ಲಿಪ್ರಸಿದ್ಧಿಯನ್ನುಪಡೆದುಕೊಂಡಿರುವುದ ನ್ನುಆಧುನಿಕವಿನ್ಯಾಸದಲ್ಲಿ ರಚಿಸಿಕೊಳ್ಳಲು ತೊಡಗಿರುವುದು ಸಖ್ಯದ ಸಂಗತಿಯಾಗಿದೆ. ಕೊಲ್ಲು ಕೊಲ್ಲೆನ್ನುವರಯ್ಯ ಭಾವನೆಗಳ ಕುಲುಮೆಯ ಕಸುವು ರೂಪು ಪಡೆಯಲು ಪದಗಳ

ಭಿತ್ತನೆಯ ಭಾವ ಹದಗೊಳ್ಳುವ ಭೂಮಿಯಾದಾಗ ಫಲ ನಿರೀಕ್ಷೆ ಹೆಚ್ಚಾಗಿಸಬಹುದು ಅನ್ನಿಸುತ್ತದೆ. 'ಮಣ್ಣಖುಣ' ಪದಗಳ ಪ್ರಾಸ ಸೊಬಗಿಗೆ ಅರ್ಥವತ್ತಾದರೆ,ಭಾವನೆಗಳ ಭಾರವೂ ಗಾಢವಾಗಿಸುತ್ತದೆ. 'ಮಸಣದ ತೇರು' ಕವಿತೆಯಲ್ಲಿ ಬದುಕಿನ ನಿರ್ದೇಶಿತ ತತ್ವವಾಗಿಸಿ ಜನನ-ಮರಣಗಳ ನಡುವಿನಲ್ಲಿ ಬಾಳು ನಡೆದರೂ ಆಸೆಗಳು ದುಃಖಕ್ಕೆ ಕಾರಣ ಎನ್ನುವ ದರ್ಶನಿಕರ ಮಾತುಗಳನ್ನು ನೆನಪಿಸುತ್ತದೆ. ಮನುಷ್ಯನ ಸಾರ್ಥಕತೆಗೆ ಪರಿತಪಿಸವ ಹಂಬಲವಿದೆ.ಸಾವಿನ ಚರ್ಯೆ ಹೆಜ್ಜೆ ಮೂಡದಾಗೆ ಮಾಯವಾಗುತ್ತದೆ. 'ಒಡೆದ ಬದುಕು' ಕವಿತೆಯಲ್ಲಿ ಬದುಕು ಬವಣೆಯಗೂಡು ವಿಧಿಯ ಕೈಗೊಂಬೆ ಅನ್ನುವ ಮಾತುಕ್ಲೇಷೆಯಾದರೂ ಕ್ಲೇಷೆಯನ್ನು ಮೀರಿ ಮರುಗುವ ಮನಸ್ಸು ಭಾವನಾತ್ಮಕವಾಗಿಸುತ್ತದೆ.

.ನನ್ನಾಸ್ಥೇ ಹೂವು 'ನೋಟದ ಪ್ರೀತಿ' ವಯೋಸಹಜ ಭಾವನೆಗಳ ಗುಣಗಳಾದ ಪ್ರೀತಿ, ಪ್ರೇಮ ಆಕರ್ಷಣೆಯಾಗಿ ಕಂಡರೂ ಒಲವು ಗೆಲವು ಬಾಳಿನ ಸಖ್ಯವನ್ನು ಬೆಸುಗೆ ಮಾಡುವ ಶಕ್ತಿ ರೂಪಕವಾಗಿಸುವ ಕಲೆ ದಕ್ಕಿದೆ ಅನ್ನಬಹುದು.ಇನ್ನೂ ಹಲವು ಕವಿತೆಗಳಾದ 'ಯಾರನು ಗೆಲ್ಲಿ 'ಬದುಕು ಬಣ್ಣ' 'ಮಾಗಿದ ಮನಸು' ಮತ್ತು 'ಊಸಿರಿಗೆ ಹೆಸರಿಡುವಾಸೆ' 'ಕುಡಿತದಲಮಲು' ಕವಿತೆಗಳು ಸಲೀಸಾಗಿ ಓದಿಸಿಕೊಳ್ಳುತ್ತವೆ. ಆಧುನಿಕ ಯುವ ಕವಿಗಳಿಗೆ ವಸ್ತು ಹಲವು ಕಂಡರೂ ಅವುಗಳನ್ನು ಕವಿತೆ ಅಥವಾ ಕಾವ್ಯವಾಗಿಸುವ ಪ್ರತಿಭೆಯ ಕೀಲಿ ಕೈ ಸಿಕ್ಕರೆ ಹೊಸ ತಲೆಮಾರಿನ ಕವಿಗಳಿಗೆ ಬರವಿರುವುದಿಲ್ಲ. ತಲ್ಲಣದ ದಿನಗಳಲ್ಲಿ ಕವಿಯಾಗಿ

ರೂಪುಗೊಳ್ಳುತ್ತಿರುವುದು ವ್ಯಕ್ತಿ ಮತ್ತು ಸಮಾಜದ ಬದಲಾವಣೆಯ ಸೂಚನೆಯಾಗಿಕಾಣುತ್ತದೆ.

ಇಂತಿ ಪ್ರೀತಿಯ

ಡಾ. ಮೂಡಲಗಿರಿಯಯ್ಯ

ಕನ್ನಡ ಸಹಪ್ರಾಧ್ಯಾಪಕರು

ಐ.ಡಿ.ಎಸ್.ಜಿ.ಸರ್ಕಾರಿ ಕಾಲೇಜು

ಚಿಕ್ಕಮಗಳೂರು.

ಶುಭಹಾರೈಕೆ

ಕಾವ್ಯೇಶು ರಮ್ಯಂ ಎಂದು ಮೀಮಾಂಸಕಾರರು ಕಾವ್ಯದ ಮಹತ್ವವನ್ನು ಸಾರಿದ್ದಾರೆ. ಪ್ರತಿಯೊಬ್ಬ ವ್ಯಕ್ತಿಗಳು ತಮಗೆ ಅನಿಸಿದ್ದನ್ನು ಗೀಚುವ ಹಾಗೂ ಗುನುಗುವ ಅಭ್ಯಾಸವನ್ನು ಮಾಡಿಕೊಂಡಿರುತ್ತಾರೆ ಆದರೆ ಇವರೆಲ್ಲರನ್ನ ಕವಿಗಳೆಂದು ಹೇಳುವುದಕ್ಕೆ ಕಷ್ಟ. ಕಾವ್ಯ ಕವಿತೆ ಹಾಗೂ ಕವನ ಇದು ಮನುಷ್ಯನ ಅಂತರಾಳದಿಂದ ಹೊರಹೊಮ್ಮುವ ಪದಪುಂಜಗಳಾಗಿವೆ. ಕವಿತೆಗೆ ವಸ್ತು ವಿಷಯ ಹಾಗೂ ಕಲ್ಪನಾವಿಲಾಸ ಬಹಳ ಮುಖ್ಯವಾಗುತ್ತದೆ .ಕವಿತೆಯನ್ನು ಕಲ್ಪನೆಯಲ್ಲಿ ಕಟ್ಟಿದರು ಎಲ್ಲೋ ಒಂದು ಕಡೆ ವಾಸ್ತವಿಕತೆಗೆ ಹತ್ತಿರವಾಗಿರುತ್ತದೆ ಓರ್ವ ವ್ಯಕ್ತಿ ವಿಮರ್ಶಕ, ಸಂಶೋಧಕ, ಓದುಗ, ಕಥೆಗಾರ, ಹಾಗೂ ಕಾದಂಬರಿಕಾರನಾಗಬಹುದು ಆದರೆ ಕವಿ ಆಗುವುದುಲದು ಅಷ್ಟು ಸುಲಭವಲ್ಲ. ಕವಿಗೆ ಸೂಕ್ಷ್ಮಸಂವೇದನೆ, ಭಾವನೆಗಳು ಹಾಗೂ ತುಡಿತವಿರ ಬೇಕಾಗುತ್ತದೆ. ಇದರ ಜೊತೆಗೆ ಸ್ಪಂದಿಸುವ ಗುಣವಿರಬೇಕು ಇಂತಹ ಗುಣ ವಿರುವುದು ಕೆಲವರಿಗೆ ಮಾತ್ರ ಅಂತವರಲ್ಲಿ ಗೆಳೆಯರಾದ ಡಾ. ಚಂದ್ರಶೇಖರ್ ಒಬ್ಬರಾಗಿದ್ದಾರೆ ಅವರು ರಚಿಸಿರುವ ಕವಿತೆಗಳನ್ನ ಅವಲೋಕಿಸಿದಾಗ ಸೂಕ್ಷ್ಮಸಂವೇದನೆಯ ನುಡಿಗಳು ಕಂಡುಬಂದಿವೆ ಬದುಕಿನಲ್ಲಿ ಕಂಡುಂಡ ಕಷ್ಟಕಾರ್ಪಣ್ಯಗಳು ನೋವು-ನಲಿವುಗಳ ಚಿತ್ತಾರ ಅವರ ಕವಿತೆಯಲ್ಲಿ ಮೂಡಿಬಂದಿದೆ ಮನಸ್ಸಿನಲ್ಲಿ ಅಡಗಿರುವ ಸುಪ್ತ ಪ್ರಜ್ಞೆ ಕವಿತೆಯ ಭಾವದಲ್ಲಿ ಅಡಕವಾಗಿದೆ.ಅವರ ಪ್ರತಿಯೊಂದು ಕವಿತೆಯಲ್ಲೂ ಹೊಸತನದ ಚಿತ್ರಣ ಹಾಗೂ ಆಧುನಿಕತೆಯ ಚಿಂತನೆಗಳು ಒಡಮೂಡಿವೆ ಜಾಗತೀಕರಣದ ಸಂದರ್ಭದಲ್ಲಿ ಮರೆಯಾಗುತ್ತಿರುವ ಸಂಬಂಧಗಳ ಮೌಲ್ಯಗಳು, ಮನುಷ್ಯತ್ವಕ್ಕಿಂತ ಹಣ ಮುಖ್ಯ ಎನ್ನುವ ಇಂದಿನ ಸ್ಥಿತಿ ಮೊದಲಾದ

ವಿಚಾರಗಳು ಅವರ ಕವಿತೆಯಲ್ಲಿ ಹೊರಹೊಮ್ಮಿದೆ. ಒಟ್ಟಿನಲ್ಲಿ ಗೆಳೆಯರಾದ ಚಂದ್ರಶೇಖರ್ ಅವರು ಪರಾಕು ಪಂಪು ಹೊತ್ತದೆ ಹೊಸ ಆಲೋಚನೆ ಹಾಗೂ ಸೃಜನಾತ್ಮಕ ವಿಚಾರಗಳನ್ನು ತಮ್ಮ ಕವಿತೆಗಳಲ್ಲಿ ಪ್ರಸ್ತುತಪಡಿಸಿದ್ದಾರೆ ಅವರು ತಮ್ಮ ಕವಿತೆಗಳನ್ನೆಲ್ಲ ಒಟ್ಟುಗೂಡಿಸಿ ಕವನ ಸಂಕಲನ ಹೊರ ತರುತ್ತಿರುವುದು ಹರ್ಷದ ಸಂಗತಿಯಾಗಿದ್ದು, ಇದು ಓದುಗರಿಗೆ ತಲುಪಿಸುವ ಕವಿಯ ಮಹತ್ಕಾರ್ಯ ಎಂದು ಭಾವಿಸುತ್ತ, ಈ ಕವನ ಸಂಕಲನ ಸಹೃದಯಿಗಳ ಮನಸ್ಸನ್ನು ಗೆಲ್ಲಲಿ ಎಂದು ಶುಭಹಾರೈಸುವೆ.

ಇಂತಿ ಪ್ರೀತಿಯ

ಡಾ.ಬಸವರಾಜು ಟಿ.ಎನ್

ಉಪನ್ಯಾಸಕರು

ಕಮಲಾ ನೆಹರು ಸ್ಮಾರಕ ರಾಷ್ಟ್ರೀಯ ಮಹಿಳಾ ಕಾಲೇಜು
ಶಿವಮೊಗ್ಗ.

Preface

ನನ್ನನುಡಿ

ಪ್ರತಿಯೊಬ್ಬ ಕನ್ನಡಿಗನಿಗೂ ಸಾಹಿತ್ಯ ಲೋಕದಲ್ಲಿ ಕವಿಯಾಗ ಬೇಕು ಎಂಬ ಕನಸಿರುತ್ತದೆ ಹಾಗೂ ಪ್ರತಿಯೊಬ್ಬ ಕವಿಗೂ ತನ್ನದೇ ಆದ ಕಾವ್ಯದೃಷ್ಟಿ ಹಾಗೂ ಕಾವ್ಯ ಕಲ್ಪನೆ ಇರುತ್ತದೆ. ಕಾವ್ಯವು ಕಾವಿನಲ್ಲಿ ಕರಗಿದಾಗ ಸುಂದರ ಕವನಗಳು ಒಡ ಮೂಡಿ ಬರುತ್ತವೆ. ನನ್ನ ಕಾವ್ಯದ ಕುಸುರಿಯಲ್ಲಿ **ನೂರಾರು ಕನಸು ಚೂರಾದ ಮನಸು** ಮತ್ತು **ಬದುಕಿನ ಬಣ್ಣ** ಎಂಬ ಕವನ ಸಂಕಲನಗಳು ಪ್ರಕಟಗೊಳ್ಳುತ್ತಿವೆ ಹಾಗೂ ನನ್ನ ಮತ್ತೊಂದು ಕವನ ಸಂಕಲನ **ಭಾವನೆಗಳ ಚಿತ್ತಾರ** ಪ್ರಕಟಣೆಗೆ ಸಜ್ಜಾಗಿ ನಿಂತಿರುವುದು ನನಗೆ ಸಂತೋಷದ ವಿಷಯ. ಅನುಭವದ ಭಾವನೆಗಳೆಂಬ ಮುತ್ತುಗಳು ಪದಗಳ ಮಾಲೆಯಲಿ ಪೋಣಿಸಿ ಅಲಂಕರಿಸಿದಾಗ ಭಾವನೆಗಳ ಚಿತ್ತಾರದ ಲೋಕವೇ ಕಾವ್ಯದಲ್ಲಿ ಸೃಷ್ಟಿಯಾಗುತ್ತದೆ.

ಮುಂಗಾರು ಬಂದಿತ್ತು

ಹಸಿರು ಅರಳಿ ನಿಂತ್ತಿತ್ತು

ಕೋಗಿಲೆ ಕೂಗಿತ್ತು

ಯುಗಾದಿಯ ಚಂದ್ರ ತುಂಡಾಗಿ ಕಂಡಿತ್ತು

ಬೇವು ಬೆಲ್ಲ ಸಿಹಿ ಕಹಿಯ ಮಿಶ್ರಣವಾಗಿತ್ತು

ಕವಿಯ ಮನವು ಸ್ವರ್ಗದಲಿ ತೇಲಿತ್ತು

ಕವಿ ಕಂಡ ಕನಸ್ಸು ನೂರೆಂಟ್ಟಾಗಿತ್ತು

ಈಯುಗಾದಿಯ ಶುಭದಿನದಂದು ಭಾವನೆಗಳ ಚಿತ್ತಾರ ಕವನ ಸಂಕಲನ ನಿಮ್ಮ ಕೈಲಿಡುತ್ತಿದ್ದೇನೆ. ಈ ಕವನ ಸಂಕಲನ ನನ್ನ ಕಾವ್ಯದ ಕೃಷಿಯಲ್ಲಿ ನಾ ಕಂಡ ನೋವು ನಲಿವು, ಗೆಲುವುಗಳ ಕನಸ್ಸನು ಸಂಭ್ರಮಿಸಿ ಬೆಳೆದವಳು. ನಮ್ಮ ಚಿಕ್ಕಮಗಳೂರಿನ ಸಾಹಿತಿಗಳಾದ ಮಂಜುಲಾ ಹುಲ್ಲಳ್ಳಿಯವರು ಈ ಕವನ ಸಂಕಲನಕ್ಕೆ ಮುನ್ನುಡಿ ಬರೆದ್ದಿದ್ದಾರೆ, ಅವರ ಅಕ್ಕರೆಯ ವಾತ್ಸಲ್ಯಕ್ಕೆ ನಾನೆಂದು ಋಣಿ.

ಬದುಕಿನಲ್ಲಿ ನಾ ಪಡೆದ ಸಂತಸಗಳು ಹಲವು ತಂದೆ ತಾಯಿಯ ಆಶೀರ್ವಾದ, ಸ್ನೇಹಿಗಳ ಸ್ನೇಹ. ಶಿಕ್ಷಕರ ವಾತ್ಸಲ್ಯ, ಮತ್ತು ಹಿರಿಯರ ಹಾರೈಕೆ, ಬಂದುಬಳಗದವರ ಸಿಹಿ ನುಡಿ. ಈ ಎಲ್ಲಾ ಉದ್ದಾತ ಜೀವಿಗಳಿಗೆ ಮೌನವಾಗಿಯೇ ವಂದನೆ ಸಲ್ಲಿಸುತ್ತೇನೆ. ನನ್ನ ಕಾವ್ಯ ಕುಸುರಿಯು ಹೊರಹೊಮ್ಮಲು ಸಹಕರಿಸಿದ ಸಹ್ಯಾದ್ರಿ ವಿಜ್ಞಾನ ಕಾಲೇಜು, ಶಿವಮೊಗ್ಗ ಹಾಗೂ ಕಡೂರ ಸ್ನಾತ್ತಕೋತ್ತರ ಕೇಂದ್ರ, ಕುವೆಂಪು ವಿಶ್ವವಿದ್ಯಾಲಯದ ಎಲ್ಲಾ ಸರ್ವರಿಗೂ ನನ್ನ ಅನಂತ ಧನ್ಯವಾದಗಳು. ಈ ಕವನ ಸಂಕಲನ ಸುಂದರವಾಗಿ ಮೂಡಿಬರಲು ಸಹಕರಿಸಿದ ಪೆನ್ಸಿಲ್ ಆಪ್ ಮುದ್ರಣಾಲಯದವರಿಗೂ ನನ್ನ ವಂದನೆಗಳು.

ನನ್ನ ಕವನಗಳನ್ನು ಮರೆತು ಹೋಗುವ ಮುನ್ನ ತೆರೆದು ನೋಡು ಈ ಪುಟವನ್ನ ಎಂಬ ಬರಹದಿಂದ ಪ್ರಕಟಿಸಿ ಸುಮಾರು 7000

ಸಾರಿ ಪುಟವನ್ನು ವೀಕ್ಷಣೆ ಪಡೆಯಲು ಅನುಕೂಲ ಮಾಡಿಕೊಟ್ಟ ಬ್ಲಾಗ್ಗೆರ್ಸ್. ಕಾಂ ಅವರಿಗೆ ನನ್ನ ಧನ್ಯವಾದಗಳು ಹಾಗು ನನ್ನ ಕವನಗಳನ್ನು ಓದಿ ಪ್ರೋತ್ಸಾಹಿಸಿದ ನನ್ನ ಗೆಳೆಯ ಮತ್ತು ಗೆಳತಿಯರಿಗೆ ನಮಸ್ಕಾರಗಳು.

ಇಂತಿನಿಮ್ಮಪ್ರೀತಿಯ

ಡಾ. ಚಂದ್ರಶೇಖರಚನ್ನಾಪುರಹಾಲಪ್ಪ

Acknowledgements

ಕೃತಜ್ಞತೆಗಳು

ಈ ಪುಸ್ತಕವನ್ನು ಬರೆಯಲು ಪ್ರೇರಣೆಯಾದ ಎಲ್ಲಾರಿಗೂ ಹಾಗೂ ಬರೆಯಲು ಪ್ರೋತ್ಸಾಹವನ್ನು ನೀಡಿದ ಸಹ್ಯಾದ್ರಿ ವಿಜ್ಞಾನ ಕಾಲೇಜಿನ ಉಪನ್ಯಾಸಕರುಗಳಿಗೂ ಮತ್ತು ಕಡೂರು ಸ್ನಾತಕೋತ್ತರ ಕೇಂದ್ರದ ಭೋದಕ ಹಾಗೂ ಭೋದಕೇತರ ಸಿಬ್ಬಂಧಿಗಳಿಗೂ ನನ್ನ ಗೆಳೆಯ ಗೆಳತಿಯರಿಗೂ, ಹಾಗೂ ಕವನಸಂಕಲನಕ್ಕೆ ಮುನ್ನುಡಿ, ಆಶಯ ನುಡಿ ಬರೆದು ಬೆನ್ನುತಟ್ಟಿದ ನನ್ನ ಗುರುಹಿರಿಯರಿಗೂ ನನ್ನ ಕೃತಜ್ಞತೆಗಳು. ನನ್ನ ಕವನಗಳನ್ನು ಮರೆತು ಹೋಗುವ ಮುನ್ನ ತೆರೆದು ನೋಡು ಈ ಪುಟವನ್ನು ಎಂಬ ಬರಹದಿಂದ ಪ್ರಕಟಿಸಿ ಸುಮಾರು 7000 ಸರಿ ಪುಟವನ್ನು ವೀಕ್ಷಿಣ ಪಡೆಯಲು ಅನುಕೂಲ ಮಾಡಿಕೊಟ್ಟ ಬ್ಲಾಗ್ಗೆರ್ಸ್.ಕಾಂ ಅವರಿಗೆ ನನ್ನ ಧನ್ಯವಾದಗಳು.

ಪರಿವಿಡಿ

1. ಸುರಪುರದಜಾತ್ರೆ

2. ಭರವಸೆ

3. ಕಣ್ಣಮುಚ್ಚಾಲೆ

4. ಬಣ್ಣದಕಥೆ

5. ನಿನ್ನಿಂದಲೇ

6. ನಗುವನಯನ

7. ಸೋತಬಲವು

8. ವರನೀಡುದೇವಾ

9. ಮಂಕುತಿಮ್ಮ

10. ಮನದಾಸೆಹೂವೆ

11. ಕೈಮುಗಿವೆದೇವಾ

12. ಹುಡುಕಿದೆನಿನ್ನ

13. ಯಾರನುಗೆಲ್ಲಲಿ

14. ಊಸಿರಿಗೆಹೆಸರಿಡುವಾಸೆ

15. ಹೊಸವರ್ಷ 2022

16. ಒಂದುಮುಂಜಾನೆ

17. ಬದುಕುಬಣ್ಣ

18. ಕುಡಿತದಲಅಮಲು

19. ನೂರುಆಸೆ

20. ನೆನೆದುನಿನ್ನ

21. ಪ್ರೀತಿಮಾತು

22. ಮಕರಸಂಕ್ರಾಂತಿ

23. ಬೇವರಹನಿ

24. ನನ್ನಸಿನಿಮಾ

25. ಕನಸಿನತೇರು

26. ಕಾಲದಸುಳಿ

27. ಕನಸಆಸೆ

28. ಶಿವಾಯನಮಃ

29. ಮಸಣದಬದುಕು

30. ನೀನಗುವು

31. ಮಾಗಿದಮನಸು

32. ಕವನದಸಾಲು

33. ಹೋತ್ತಿದೆಕಿಡಿ

34. ಮಸಣದತೇರು

35. ಅಲೆಮಾರಿನಾ

36. ತೇಲುವದೋಣಿ

37. ಮಣ್ಣಖಣ

38. ಕಥೆನೂರು

39. ಕೊಲ್ಲುಕೊಲ್ಲೆನ್ನುವರಯ್ಯ

40. ಮೋಸಗಾತಿಯೇ

41. ಕವಿಯದೇನಾ

42. ಗುಲ್ಮೊಹರ

43. ನಸೀಬುಕಾರಬು

44. ಸೀರೆಯಸೆಳೆವು

45. ಮುದ್ದುಗಿಣಿ

46. ಜೀವನದಲ್ಲೇನಿದೆಗಮ್ಮತ್ತು

47. ಬಣ್ಣಿಸಲಿಹೇಗೆ

48. ನೋವಾಗಿದೆಮನಸ್ಸೊಳಗೆ

49. ಮನಸ್ಸೆಲ್ಲ ಚೂರಾಗಿದೆ

50. ನಗುವ ಬಾಲ್ಯ

51. ನನ್ನವಳು

52. ಒಲವಿನ ಗಿಣಿ

53. ಕನ್ನಡಿ

54. ಕೊರೋನ,

55. ಶಿವಶಿವ

56. ಯುದ್ಧ ಯುದ್ಧ

57. ಬಾಳು ಚದುರಂಗ

58. ಏನೀನುಕುಡುಕ

59. ಒಡೆದ ಬದುಕು

60. ನೋವಾಟೊ ಜೂಬ್ಲೀ

61. ಓರೆನೋಟ

62. ನಾಗರ ಹಾವು

63. ಒಲವಿನ ಮಿಡಿತ

64. ಮದುವೆ ಮುಂಚೆ ಇಂಚೆ

65. ನನ್ನಾಸ್ನೇ ಹೂವು

66. ಪ್ರೀತಿ ನೋವು

67. ಕನಕದಾಸ ಪದ

68. ಮಾತಲ್ಲಿ ಬೆಲ್ಲ

69. ಯುಗಾದಿ

70. ಏನಿದು ಗೋಳು

1. ಸುರಪುರದಜಾತ್ರೆ

ಸುರಪುರದ ಜಾತ್ರೆ ಹೊರಟರು ಯಾತ್ರೆ

ಬದುಕಿನ ತೇರು ಸೋರುತಿಹಾ ಸೂರು

ಮನದ ಮಳಿಗೆ ನೆನೆದಾಯ್ತು ಮಳೆಗೆ

ಕೊರೆವ ಚಳಿಗೆಬಿಸಿಯಾದಫಳಿಗೆ

    ಬಾವದ ಬಕುತಿ ನಿಡೈತಿ ಮುಕ್ತಿ

    ಕೊನೆಯಾಗೋ ಕನಸಿಗೆ ಬಂದ್ಯೆತಿ ಶಕ್ತಿ

    ನೆರೆ ಬಂದರೇನು ಹೊರೆ ಹೋದರೇನು

    ನಡೆದಯ್ತಿ ಕುಣಿದಯ್ತಿ ಸುರಪುರದ ಜಾತ್ರೆ

ಜೀವನದ ಸೊಗಡು ಅವರೇಕಾಯಿ

ರುಚಿಸಿತೆ ಕಹಿಯಾ ಉಪ್ಪಿನಕಾಯಿ

ಮನದಾಸೆ ಏಕೋ ನೆಲ್ಲಿಕಾಯಿ

ಕನಸಿಗೆ ಬೇಕು ಒಂದು ತೆಂಗಿನಕಾಯಿ

    ಜಾತ್ರೆಯಲಿ ತೇರು ಪುರಿಕಾರ ಸೇರು

    ಮನೆಮಂದಿಯಲ್ಲ ಹೋಗ್ಯೆತಿ ಮಾರು

    ಬದುಕಿನ ಬವಣೆ ರುಚಿಸದ ಕೀರು

    ನಡೆದಯ್ತಿ ನಮ್ಮವರ ಜಾತ್ರೆಯು ಜೋರು

2. ಭರವಸೆ

ಭರವಸೆ ಇಲ್ಲದ ಬದುಕು

ಕಬ್ಬಿಣದ ತುಕ್ಕಿನ ಸರಕು

ಕಿರಣವಿಲ್ಲದ ಕತ್ತಲೇ ಮನೆ

ಕಾಣಾದಾಗಿದೆ ಕಣ್ಣ ಸುಮ್ಮನೆ

     ಒಲವು ಒಂದೂ ಬಾವನೆ

     ಮನಸ್ಸು ಕೂತಿದೆ ತಣ್ಣನೆ

     ಕನಸು ಬಿಚ್ಚಿದ ಅರಮನೆ

     ಕತ್ತಲು ಕಾಣದ ಸೆರೆಮನೆ

ಭರವಸೆ ಬಾರದು ಸುಮ್ಮನೆ

ಶ್ರಮದ ಕೆಲಸ ಕೇಳಿದೆನಿನ್ನನೆ

ಕಿಂಡಿಯ ಸಂದಿಯ ಕಿರಣ

ನೋಡು ಬೆಳಕಿನ ಆಭರಣ

     ಮನಸು ಏಕೋ ಮಾಗಿದೆ

     ಕನಸು ಬಾರದೆ ಹೋಗಿದೆ

     ನೋವಿನ ತಕ್ಕಡಿ ತೂಗಿದೆ

     ಗೆಲುವು ಏಕೋ ಸೋತಿದೆ

ನೆಮ್ಮದಿ ಹುಡುಕುತ ಹೊರಟೆ

ಸಿಗುವುದೇ ಹೊಡೆದರೆ ಹರಟೆ

ಸಾಗಿತು ಬದುಕಿನ ಪಯಣ

ಜೀವನ ಹುಡುಕುತ ಮರಣ

3. ಕಣ್ಣಾ ಮುಚ್ಚಾಲೆ

ಕಣ್ಣು ಕಾಣದಾಯಿತೇ
ಕುರುಡು ಪ್ರೀತಿಗೆ
ನೋಟವೇಕೋ ನಾಟಿತೆ
ಮನದ ಒಲವಿಗೆ

ನಿನ್ನ ಆಟ ಕಣ್ಣಮುಚ್ಚಾಲೆ
ಸೋತ ಪ್ರೀತಿ ಉಯ್ಯಾಲೆ
ಬದುಕು ಭಾರ ನಿನ್ನ ಗುಂಗಲ್ಲೇ
ಮರೆತೆ ನಿನ್ನ ನನ್ನ ಕನಸ್ಸಲ್ಲೇ

ಕಾಣದ ಪ್ರೀತಿ ಏಕೋ ಕತ್ತಲೆ
ಬಾಳ ಕೈಯೊಂದು ಬೆನ್ನಲ್ಲೇ
ಮನವು ಕೆರಳಿತು ಮತ್ತಲ್ಲೇ
ನಿನ್ನ ನೆನಪು ಬಂದಾಗ ಓ ನಲ್ಲೆ

ಹೃದಯ ಭಾರವಾಯಿತು
ಮನಸ್ಸು ಮೌನವಾಯಿತು
ಕನಸ್ಸು ಕರಗಿಹೋಯಿತು
ನಿನ್ನ ಹೆಸರಲ್ಲಿ ಸೋಲು ನನದಾಯಿತು

4. ಬಣ್ಣದಕಥೆ

ಕಥೆ ಹೇಳ ಹೊರಟಿದೆ ಮನ

ಕೇಳುವರಾರು ಅನುದಿನ

ಮುಂಜಾನೆ ಕಂಡೆ ರಂಗೋಲಿಯನಾ

ಬಿಡಿಸಿದವಳು ನನ್ನ ಸ್ವಪ್ನ

ಬಣ್ಣಗಳು ಹೇಳುತ್ತಿವೆ ಕವನ

ನೋಡಲು ಸಾಕೆ ಎರಡು ನಯನ

ಮಾಗಿದ ಮನಸಿನ ಸೊಬಗು

ಬಿಡಿಸಿದ ಗೆರೆಗಳು ಬೇರಗು

ಬದುಕು ಬದಲಿಸಿದ ಬಣ್ಣ

ತನುವ ಕದಡಿದ ಬಿಳಿಸುಣ್ಣ

ನಗುವ ನಯನದ ಕಣ್ಣ

ನಾನೆಗೆ ಮರೆಯಲಿ ಇನ್ನ

ನನ್ನವಳು ನಕ್ಕಾಗ ಸೊಗಸು

ಯಾಕೋ ಬಿದ್ಯೆತೆ ಕನಸು

ಚಂದ್ರನೇ ತಿರುಗಿನೀ ಚಲಿಸು

ಪ್ರೀತಿಯ ನೆನಪು ಸುಟ್ಟಿದೆ ವಯಸ್ಸು

ಹೇಳಲೊರಟೆ ಕೊನೆಮಾತು

ನನ್ನ ಹೃದಯದ ಕಥೆಯ ಮರೆತು

ನನ್ನ ಪ್ರೀತಿಯ ಒಲವು ಬೆರೆತು

ನಗು ನಗುತಾ ಕಾಲವದೂಡುವುದೇ ಒಳಿತು

5. ನಿನ್ನಿಂದಲೇ

ನಿನ್ನ ನಗುವ ಕಂಡ ಮನವು ಹೇಳಿತು ನಿನ್ನಿಂದಲೇ

ಒಲವ ಇತವ ಕಂಡ ತನುವು ಹೇಳಿತು ನಿನ್ನಿಂದಲೇ

ಬಯಕೆ ನೂರು ಕರೆದು ಕೂಗಿತು ನಿನಗಾಗಿಯೇ

ಬಣ್ಣದ ಕಥೆ ಹೇಳಿದೆ ಜೀವನ ನಿನಗಾಗಿಯೇ

    ಸೋತವರುಂಟೆ ಜೀವನದಿ

    ಬದುಕು ಎಂಬುದು ಬಾನಿನ ತುದಿ

    ಹೃದಯ ಬೆಂದಿದೆ ಬಾನಂಗಳದಿ

    ಪ್ರೀತಿ ಸಾರಿದೆ ನೀಲಿ ಆಕಾಶದಿ

ಚಂದ್ರನೊಬ್ಬ ಕರಗುತಿಹನು

ಸೂರ್ಯನೊಬ್ಬ ಉರಿಯುತಿಹನು

ನಕ್ಷತ್ರ ಚುಕ್ಕಿ ಬಾನಿನಲ್ಲಿ ಮಿನುಗುತಿಹವು

ಯಾರಿಗಾಗಿ ಈಮರಣ ನಾಲ್ಕು ದಿನದ ಈ ಪಯಣ

    ಪ್ರೀತಿ ಸತ್ತು ಹುಟ್ಟುತಿಹುದು

    ಭೂಮಿ ಏಕೋ ತಿರುಗುತಿಹುದು

    ಮನವುನೊಂದು ಮರುಗುತಿಹುದು

    ನೆನಪು ಯಾಕೋ ಸಾಯುತಿಹುದು

    ಹುಟ್ಟು ಏಕೋ ಸಾಕು ಏನಿಸುತಿಹುದುನಿನ್ನಿಂದಲೇ

6. ನಗುವನಯನ

ನಿನ್ನ ನಯನದ ಸುಳಿವು ನೀಡಿತುಸೂಚನೆ

ನೀ ನನ್ನವಳೆಂದು ಕಾಡಿತುನನ್ನನೇ

ಮನಸ್ಸು ಯಾಕೋ ಬೇಡಿತು ಸುಮ್ಮನೆ

ನಾನೇಗೆ ಮರೆಯಲಿ ನಿನ್ನನೇ

  ಹೃದಯಕೆ ಅಪ್ಪುವ ಆಸೆ

  ನನ್ನ ಒಲವ ಪ್ರೀತಿ ಕನಸೇ

  ನನಗಾಗಿ ಹುಟ್ಟಿದ ಸೊಗಸೆ

  ತನುವ ಪ್ರೀತಿ ನಿನ್ನನು ಬಯಸೆ

ಬಾನಂಗಳದ ಚುಕ್ಕಿ ನೀನು

ಪ್ರೀತಿಯ ಹಾಲಜೇನು

ನಿನಗಾಗಿ ಕಾದಿರುವೆ ನಾನು

ಮತ್ತೊಮ್ಮೆ ನಗಲಾರೆಯೇನು

  ಕೆರಳಿದ ಕನಸ ಬಡಿಧೆಬ್ಬಿಸಿ

  ಮನದ ನೋವ ಮರೆಯಾಗಿಸಿ

  ಪ್ರೀತಿ ಮಳೆಯಲಿ ತೋಯಿಸಿ

  ಒಲವ ಬೆಸುಗೆಯಲಿ ಮಾಗಿಸಿ

ಬದುಕು ಕಟ್ಟೋಣ ಬಾ

ಪ್ರೀತಿ ಹಂಚೋಣ ಬಾ

ಕನಸಬಾಗಿಲ ತೆರೆದು ಬಾ

ನನ್ನಾಣೆ ನೀನೇ ನನ್ನ ಗೆಲುವು ಬಾ

7. ಸೋತ ಒಲವು

ಯಾಕೆ ನೀ ದೂರದೇ

ಮನದಿಂದ ಬೇರಾದೆ

ಬದುಕಲ್ಲಿ ಚೂರಾದೆ

ಒಲವಲ್ಲಿ ಸೋತೋದೆ

ಪ್ರೀತಿಯ ಬೋರು

ದೇವರಿಲ್ಲದ ತೇರು

ಸೋರುವ ಸೂರು

ಕೇಳೋರು ಯಾರು

ಪ್ರೀತಿ ಯಪಯಣ

ನೋವಿನ ತಲ್ಲಣ

ಕೂಡದುಕಂಕಣ

ಆಸೆಯೇ ಮಸಣ

ಬದುಕು ಬರಿದು

ನೀ ದೂರ ಸರಿದು

ಒಲವೇ ಹರಿದು

ಮನಸೇ ಮುರಿದು

ಸೇರುವುದೆಲ್ಲಿಗೆ

ಓ ನನ್ನ ಮಲ್ಲಿಗೆ

ಬಾ ನೀನು ಬಳಿಗೆ

ಓ ಕೆಂಡ ಸಂಪಿಗೆ

8. ವರ ನೀಡು ದೇವಾ

ಕಾಣದ ದೇವರ ಬೇಡುವುದೆಲ್ಲಿ

ಮನದ ಆಸೆಯ ಕೇಳುವುದೆಲ್ಲಿ

ಕಲ್ಲಿನ ಶಿಲ್ಪದ ಕಥೆ ಹೇಳುವುದೆಲ್ಲಿ

ನಾನಿಟ್ಟ ನಂಬಿಕೆ ಕೊನೆಯಾಗುವುದೇ ಇಲ್ಲಿ

ಓ ದೇವರೇ ನೀನಿರುವ ಗುಡಿ

ನಾ ಬಂದೆ ಕೊಡಲು ಮುಡಿ

ಅರ್ಚಕನಿಗಿಲ್ಲದ ಆಮಡಿ

ಜೀವವು ನಂಬಿದೆ ನಿನ್ನೆ ತಡಿ

ಆಸೆಗಳು ಚೂರು ಕನಸಗಳು ಮೂರು

ನೀ ಇಲ್ಲದೆ ಕೇಳುವರು ಯಾರು

ಓ ದೇವರೇ ನೀ ಬಾ ಬೇಗ

ಹೇಳುವೆನು ಭಕ್ತಿಯ ರಾಗಾ

ಕಣ್ಮುಂದೆ ಬಂದು ವರವನ್ನುನೀಡು

ಒಡೆಯುವೆನು ತೆಂಗಿನ ಜೋಡು

ಕನಸುಗಳ ನೆರವನ್ನುನೀಡು

ನಿನಗಾಗಿ ಅಲೆದಿರುವೆನು ನೋಡು

ಯಾಕೆ ನೀ ಮಾಯವಾದೆ

ನನ್ನ   ಜೊತೆಗೆ ನೀ ಇರದೇ

ವರವನ್ನು ನೀ ಕೊಡದೆ

ಖುಷಿಯೇಕೋ ಮರೆತೋಯ್ತು

ಮನಸ್ಸೇಕೋ ಕಲ್ಲಾಯ್ತು

ನಿನ್ನ ನೆನೆಪು ಜೊತೆಯಾಯ್ತು

9. ಮಂಕುತಿಮ್ಮ

ಬದುಕು ಅನುಭವದ ಯಾತ್ರೆ

ಕನಸು ಮನಸ್ಸಿನ ಪ್ರೀತಿ ಜಾತ್ರೆ

ಜೀವನ ಸುಖ ದುಃಖದ ಪಾತ್ರೆ

ಅನುಭವಿಸು ನಗುವಿನ ಮಾತ್ರೆ

    ಮನವೆಂಬ ವೈದ್ಯ ನೀಡುವ ಕನಸು

    ಕನಸ ನನಸಾಗಿಸುವ ಮುದ್ದು ಮನಸು

    ನೋವು ನಲಿವಿನ ಒಲವ ಸೊಗಸು

    ಕಷ್ಟ ಸುಖಿಗಳ ಪ್ರೀತಿ ನೀ ಸಹಿಸು

ಬೆವರ ಹನಿಯೇ ಮಾತ್ರೆಯ ಶಕ್ತಿ

ಕಾಯಕದಲ್ಲಿ ಮನಸಿಡುವುದೇ ಭಕ್ತಿ

ಶ್ರದ್ಧೆಯಲಿ ತೋರು ನಿನ್ನ ಯುಕ್ತಿ

ದೇವರು ನೀಡುವನು ಮನಸ್ಸಿಗೆಮುಕ್ತಿ

    ಬಾಳು ಬೆಳಗಿತುನ ಕ್ಷತ್ರದಂತೆ

    ಒಲವ ಸವಿಯು ನೋಟಿನಕಂತೆ

    ಮರೆತು ಬದುಕುನೀ ನೋವಿನ ಚಿಂತೆ

    ನಾನು ಎಂಬುದು ಅಹಂಕಾರವಂತೆ

ಎಲ್ಲರೊಳಗು ಒಂದಾಗು ತಮ್ಮ

ಕಾಯುವಳು ನಿನ್ನ ಕನ್ನಡಮ್ಮ

ಕತ್ತಲೆ ಹೋಗಿ ಬೆಳುಕು ನಮ್ಮದಮ್ಮ

ರುಚಿಸಿದೆ ಜೀವನಪಯಣ ಮಂಕುತಿಮ್ಮ

10. ಮನದಾಸೆಹೂವೆ

ಮೋಹಕ ಮಾತು

ಪ್ರೀತಿಯ ಗುರುತು

ಕಲೆತು ಬೆರೆತು

ಕಂಡ ಕನಸಿನ ಸೌಂದರ್ಯ

ಅರಳಿದ ಹೂವು

ಕೆರಳಿದ ನಗುವು

ಪ್ರೀತಿ ಚೆಲುವು

ಯಾರಿಗೆ ನೀಡಲು ಈ ಶೌರ್ಯ

ಬಾಡಿದ ಹೂವು

ಬೇಡಿದೆ ವರವ

ನೀಡು ನಿನ್ನ ಚೆಲುವ

ಸೂರ್ಯನ ಕಿರಣಕೆ ಕರಗುವ ಮನವ

ಮಾತು ಮರೆತೂಯ್ತು

ಪ್ರೀತಿ ಮಾಸೋಯ್ತು

ಗೆಲುವು ಸೋತೋಯ್ತು

ಕಂಡ ಕನಸು ನನಸಾಗದೆ

ಹೊರಟೋಯ್ತು

ಯಾರಿಗೆ ಹೇಳಲಿ

ಈ ಪ್ರೀತಿ ಕಥೆಯ

ಮನದಲಿ ಮುಚ್ಚಿಟ್ಟ

ಬದುಕನು ಸುಟ್ಟ ಒಲವಿನ ವ್ಯಥೆಯ.

11. ಕೈಮುಗಿವೆ ದೇವಾ

ಬೆಟ್ಟವ ಅತ್ತಿ ಭಕ್ತಿಯ ಬಿತ್ತಿ
ದೇವರ ಸುತ್ತಿ ಕೇಳಿದೆವರವ
ಓ ದೇವಾನೀಡುನೀ ಮನವ
ದಾರಿಯಲ್ಲಿ ಎಡವಿ ಹೇಳುವ ಚಲವ

ಮೆಟ್ಟಿಲುಗಳು ಮುಟ್ಟಿ ಬಾಗಿಲ ತಟ್ಟಿ
ಕರೆದರೆ ನಿನ್ನ ನೀ ನೋಡು ನನ್ನ
ಮೈತುಂಬಾ ಹೂವು ಭಕ್ತರ ನೋವು
ಅರಿವ ಒಲವು ನೀಡು ಫಲವು

ದೀಪವು ಉರಿದು ಕತ್ತಲೆ ಕಳೆದು
ಮನವು ಬರಿದು ಬೇಡಲುನೆನೆದು
ಎಲ್ಲಿಹದು ದುಃಖ ಭಕ್ತಿಯ ಪಕ್ಕ
ನೋವು ಮಾಯ ನಿನ್ನಯ ಕಾಯ

ಕೈ ಮುಗಿದು ಬೇಡುವೆನು ನೀಡು ವರವ
ಮನೆಯೆಲ್ಲಾ ಭಕ್ತಿಯಲಿ ಬೆಳಗುವ ಫಲವ
ಮನದಲ್ಲಿ ಶಕ್ತಿ ನಿನ್ನಲ್ಲಿ ಭಕ್ತಿ
ಬೇಡುವೆ ನಿನ್ನ ಕೊಡು ನೀನುಮುಕ್ತಿ

ಅರಿಶಿನದ ಕೆನ್ನೆ ಕಣ್ಣಲ್ಲಿ ಸನ್ನೆ
ಕೈಯಲ್ಲಿ ಚಕ್ರ ಒಲವ ಶಂಖ
ಆವರಿಸಲು ನಿನ್ನ ಇನ್ನುಚೆನ್ನಾ
ದೇವರೇ ನೀನು ಪ್ರಕೃತಿ ನಿನ್ನ ಅಭಯ ಸುಕೃತಿ.

12. ಹುಡುಕಿದೆನಿನ್ನ

ಮೌನದ ಯಾತ್ರೆ ಕನಸಿನ ಜಾತ್ರೆ

ಸುಡುವ ವಯಸ್ಸು ಬೆಂಕಿಯ ಪಾತ್ರೆ

ಕಳೆಯುತಿದೆ ಕಾಲ ಸುಡುತ ಬಾಳು

ಯಾರಿಗೆಬೇಕುಈ ಜೀವನದ ಗೋಳು

ಮರೆಯಾಗೋ ಕನಸು ನೆಲೆಯಿಲ್ಲದ ನನಸು

ಬುಸುಗುಟ್ಟಿ ಬಂತು ಮನಸ್ಸನ್ನು ತಿಂತು

ತಿರುಗಿದೆ ಜೀವ ಅಲೆಮಾರಿಯಂತೆ

ಬಯಸದೆ ಬಂತು ನೋವಿನ ಸಂತೆ

ಸಿಕ್ಕಿತೆ ಸಂತೋಷ ಅಮೃತವಾಯಿತೇ ವಿಷ

ಯಾತನೆ ನೂರೆಂಟು ಬದುಕೊಂದು ಕಗ್ಗಂಟು

ಬಿಡಿಸಲು ಹೋದೆ ಸುಳಿಯಲಿ ನೊಂದೆ

ಮರೆತಾಗ ನಿನ್ನ ನೆನಪು ಏನೋ ಹುರುಪು

ಹಸಿದ ಹೊಟ್ಟೆಗೆ ಹಿಟ್ಟನು ಇಟ್ಟಾಗೆ

ಹಕ್ಕಿಯು ಬಳಿ ಬಂದು ಕಿಚಗುಟ್ಟಿ

ನವ ಮಾಸದ ಹೃದಯವು ಪ್ರೀತಿ ಬುಟ್ಟಿ

ಯಾರಿಗೆ ನೀಡಲಿ ಮನದ ಪುಷ್ಪ

ಕಣ್ಣೀರು ಕೊನೆಯ ಆನಂದ ಬಾಷ್ಪ

ಸಾಗಲಿ ಬದುಕು ಬೆಳಗಿ ಬೆಳಕು

ಮನದ ದುರಾಸೆ ಕಿತ್ತು ಕೊಳಕು

ಒಲವೆಂಬ ಮಾಯೆ ಒಂದುಹಸಿವು

ಸಿಗುತ್ತಿಲ್ಲ ಏಕೋ ಒಲವ ಸುಳಿವು.

13. ಯಾರಸುಗೆಲ್ಲಲಿ

ಪಯಣವು ಸ್ನೇಹದ ಬುಟ್ಟಿ
ಪ್ರೀತಿಯ ಮೇವನು ಹೊಟ್ಟಿ
ಸುಡುಲು ಪ್ರಣಯದ ರೋಟ್ಟಿ
ಯಾರನು ಗೆಲ್ಲಲಿನಾ ಸುಟ್ಟಿ

      ಮನವು ಹಸಿವಿನ ಬೆಣ್ಣೆ
      ಕರಗಲು ಪ್ರೀತಿಯ ಹೇಳಿ
      ಯಾರನು ಕರೆಯಲು ಕೇಳಿ
      ಹಾಡಲು ಒಲವಿನ ಹೋಳಿ

ಬದುಕು ಬೇಯುವ ಸುಣ್ಣ
ಜೀವನ ಬೆಂದ ಬಿಳಿ ಬಣ್ಣ
ನೋಡಲು ನಿನ್ನ ಕಣ್ಣ
ಯಾರನು ಬೇಡಲಿ ಅಣ್ಣ

      ಮನಸ್ಸು ಏಕೋ ಮಾಗಿದೆ
      ಕನಸ್ಸು ಕೈಬಿಸಿ ಕರೆದಿದೆ
      ವಯಸ್ಸು ಓಡುತ ಕೂಗಿದೆ
      ನನ್ನಾಣೆ ನೋವು ನಿನಗೆತಿಳಿಯದೆ

ನಗುವ ಸೊಗಸು ಮನಕೆ
ಪ್ರೀತಿ ಹೇಳುವ ಬಯಕೆ
ಯಾರಿಗೆ ಹೆಸರಿಡಲಿ ಒಲವೆ
ಪ್ರೀತಿಯ ನಲಿವಿನ ಗೆಲುವೆ.

14. ಉಸಿರಿಗೆ ಹೆಸರಿಡುವಾಸೆ

ನಿನ್ನ ಉಸಿರಿಗೆ ಹೆಸರಿಡುವಾಸೆ
ಮನದಸವಿ ಒಲವಿಗೆನಿನ್ನಾಸೆ
ಪ್ರೇಮದಿ ಕೂಗಿ ನಿನ್ನ ಕರೆವಾಸೆ
ಓ ಗೆಳತಿಯೇ ನಿನಗೇಕೆ ಮುನಿಸೆ

ಓರೆಗಣ್ಣಲಿ ನೋಡಿ ಹಾಕಿದೆ ಚೂರಿ
ನೀನೇ ಬೇಕೆಂದು ಮನಸ್ಸುಹೇಳಿದೆ ಸಾರಿ
ನಗುವೆಯ ಒಮ್ಮೆ ನಿನ್ನ ಮೊಗ ತೋರಿ
ಮನಸ್ಸನ್ನು ಕದ್ದ ಕೆಂಪುಕೆನ್ನೆ ಚೋರಿ

ನುಡಿವಾಗ ನೀನು ಸುಂದರ ಕೋಗಿಲೆ
ನಡೆವಾಗ ನೀನು ಮೈತುಂಬಿದ ನವಿಲೆ
ನಗುವೊಂದು ಮಿನುಗುವ ನಕ್ಷತ್ರ
ನಿನಗಾಗಿ ಬರೆಯಲೇ ಒಲವಿನ ಪತ್ರ

ನೀನಿಲ್ಲದ ಬದುಕು ಸಾವಿನ ಘೋರಿ
ಮನವೇಕೋ ಹುಡುಕಿದೆ ಮುಗಿಲದಾರಿ
ಎದೆ ಬಡಿತ ಹೇಳಿದೆ ಪ್ರತಿಬಾರಿ
ನೀನೆ ನನ್ನ ಒಲವಿನ ಸುಂದರಿ.

15. ಹೊಸವರ್ಷ 2022

ಹೊಸ ದಿನಕೆ ಹೊಸತೇ ಹೊಸ ವರುಷ

ಕಳೆದೋದ ದಿನಗಳು ಕಾಡಿದ ಸಂಘರ್ಷ

ಮುಂಬರುವ ದಿನಗಳ ಪ್ರೀತಿ ಉತ್ಕರ್ಷ

ನೆನ್ನೆಯ ಮರೆತು ನಾಳೆಯ ಸವಿ ಹರ್ಷ

       ದಿನಗಳ ದೂಡುತ ಕಾಲವ ಕಳೆಯುತ

       ಪ್ರೀತಿಯ ಸಂಭ್ರಮ ನೆನಪು ಅನುಪಮ

       ಮನಸ್ಸುಗಳ ಮಿಲನ ಕನಸ್ಸುಗಳ ಚಲನ

       ನೋವುಗಳ ಪತನ ಆಸೆಗಳ ತನನ

ಮಾಗಿಯ ಕಾಲದಿ ವಯಸ್ಸಿನ ಆಳದಿ

ಆಸೆಗಳು ನೂರು ಬಯಕೆಗಳು ಚೂರು

ಕ್ಷಣಕೊಂದು ಕಥೆ ಒಲವಿನ ವ್ಯಥೆ,

ಬೆಳಕಿನ ಕಿರಣ ರಾತ್ರಿಯ ಚುಕ್ಕಿಗಳ ಮರಣ

       ಹೊಸತನವ ಹುಡುಕಿ ಕನಸ್ಸುಗಳ ಕೆದಕಿ

       ನಡೆಯುವುದು ಕಾಲ ಬಾಷೆಗಳ ಜಾಲ

       ಖುತುಗಳು ಕೊಟ್ಟ ದಿಕ್ಕುಗಳ ನೆಟ್ಟ

       ಮುಂಗಾರು ಮಳೆಗೆ ಬಂಗಾರದ ಕಳೆಗೆ

ಒಲವಾಯಿತೇ ಹಸಿರು ಬದುಕು ನನ್ನವುಸಿರು

ಹೊಸತನವ ತಂತೆ ಹೊಸಹರುಷ ಬಂತೆ

ಸಡಗರದ ಬಾಳು ಸುಡ ಬೇಡ ಕೇಳು

ದೇವರೇ ಹರಸು ನವ ಜೀವನ ತರಿಸು.

16. ಒಂದೂಮುಂಜಾನೆ

ಹಾಗೆ ಸುಮ್ಮನೆ ಒಂದು ಮುಂಜಾನೆ
ಕಂಡೆ ಒಲವ ಚೆಲುವೆ ನಿನ್ನನೆ
ಕಣ್ಣತಾಗಿತ್ತು ನಿನ್ನ ಕೂಗಿತು
ನಿನ್ನ ನೋಟಕೆ ಮನವು ಹದುರಿತು

    ನಡೆಯುತ ಮನವು ಕಂಡ ಚೆಲುವು
    ಹೇಳಿತು ಹಾಗೇ ನಿನ್ನ ಕಂಡ್ರೆ ಒಲವು
    ಮಾತಿನ ಬೆರಗು ಮನದಾಸೆ ಮೆರಗು
    ಬಡಿಯಿತು ಹೃದಯ ನಿನ್ನ ನೋಡಿ ಕರಗು

ಕನಸ್ಸೊಂದು ಕಂಡಂತೆ ನೀ ಬಳಿಬಂದೆ
ಮರುಭೂಮಿಗೆ ಕಾಡೊಂದು ತಂದೆ
ಹಸಿದ ಮನಸ್ಸಿಗೆ ನೀನೆಆಹಾರ
ತಂಪಾದ ತಂಗಾಳಿಲಿ ವಿಹಾರ

    ಮುಂಗುರುಳು ಏಕೋ ಮಾಡಿದೆ ಮೋಡಿ
    ಸೂರ್ಯನೇ ನಕ್ಕನು ನಿನ್ನ ನೋಡಿ
    ಮನವೆಕೋ ಕಾಡಿದೆ ನಿನ್ನನೇ ಬೇಡಿ
    ಬಾರೆ ಚೆಲುವೆ ಕಾಡದೆ ಓಡಿ

ಉಸಿರಿಗೆ ಉಸಿರಾಗುವೆನಾನು
ಕನಸಿಗೆ ನೆಪವಾಗುವೆನಾನು
ನಿನ್ನ ಒಲವ ಹಾಡಾಗುವೆ ನಾನು
ನಿನ್ನ ಹೃದಯದಿ ಬೆರೆತೋಗುವೆ ನಾನು

17. ಬದುಕುಬಣ್ಣ

ಬದುಕೊಂದು ಒಲವಿನ ಬಣ್ಣ

ನೋವೊಂದು ಕಾಡಿದೆ ನನ್ನ

ಬಣ್ಣದಲ್ಲಿ ಕಳೆದೋಯ್ತು ಜೀವನ

ರಂಗು ರಂಗಾದ ಒಲವಿನ ಕಥನ

    ಕಥೆನೂರು ಹೇಳಿದೆ ನೋವ ಚೂರು

    ಮನಸೆಕೋ ಏಳಿದೆ ಪ್ರೀತಿ ಬೇರು

    ಯಾರಿಗೆ ಹೇಳಲಿ ಕನಸ ಕಾರುಬಾರು

ಜೀವನದ ಕಥೆಗೆಲ್ಲಿದೆ ಮುಕ್ತಿ

ಕೊಡುದೇವಾ ಎದರಿಸುವ ಶಕ್ತಿ

ನಿನ್ನ ನೆನೆವ ಪೂಜೆಯೇ ಭಕ್ತಿ

ಮೋಸವನು ಭೇದಿಸುವ ಯುಕ್ತಿ

    ನೊಂದ ಮನವು ಯಾಕೋ ಕಾಡಿದೆ

    ನನ್ನ ಒಲವ ಪ್ರೀತಿಯ ಬೇಡಿದೆ

    ನಿನಗಾಗಿ ನನ್ನ ಬದುಕು ಮರುಗಿದೆ

    ಏನೋ ನನ್ನರಿವ ಮಾಯೆ ಕರಗಿದೆ

ಹಗಲು ಕಳೆದು ಬೆಳಕು ಮುಗಿದು

ರಾತ್ರಿ ಸರಿದು ನಗುವ ಮೊಗವ ತೋರಿದೆ

ನಿನ್ನ ಕಂಡ ಹೃದಯ ಏಕೋ ಬಡಿದಿದೆ

ಪ್ರೀತಿ ತೇರು ಮನವ ಮುಟ್ಟಿ ಕರೆದಿದೆ

18. ಕುಡಿತದ ಅಮಲು

ಕುಡಿತದ ಹೊನಲು

ನಶೆಯಲ್ಲಿ ಅಮಲು

ಬಿಡಲೋರಟೆ ನಿನ್ನ

ಬಿಡಲಾರೆ ಓ ಚಿನ್ನ

    ನಡುಗೆಯ ನಾಟ್ಯ

    ನುಡಿಯ ವಾಕ್ಯ

    ಮನದಲ್ಲಿ ಬಂತು

    ಕನಸನ್ನು ತಿಂತು

    ಮನದಲ್ಲಿ ತುಡಿತ

    ಕುಡಿತದ ಮೊರೆತ

    ಪ್ರೀತಿಯ ಹರಿತ

    ಅರಿತವನೆ ಬಲ್ಲ ಕುಡಿತದ ನುರಿತ

ಕುಡಿದಾಗ ಬಲು ನಶೆ

ತನು ಹೇಳಿದೆ ಉಪಶೆ

ಬಿಡಲಾರೆ ನಿನ್ನ

ಸುಟ್ಟು ಬಿಡುವೆ ಚಿನ್ನ

    ದೇಹವೇ ಸಮಾಧಿ

    ಎಲ್ಲಿದೆ ಯುಗಾದಿ

    ನಿನಗೆಲ್ಲಿ ಜಾಗ

    ಆರು ಮೂರಡಿಯ ಸ್ವರ್ಗ.

19. ನೂರು ಆಸೆ

ನೂರಾರು ಆಸೆ
ಕನಸ ಭಾಷೆ
ಕಾಡಿತೇಕೆ ನನ್ನನ್ನೆ
ಬರಡು ಮನದಿ
ಪ್ರೀತಿಮಳೆಯೂ
ಸುರಿಯಿತೇಕೆ ಸುಮ್ಮನೆ
ಒಲವ ನದಿಯು ಹರಿದು
ತೋರಿತು ದಾರಿಯ
ಕಣ್ಣರೆಪ್ಪೆ ಮುಚ್ಚೋವಳಗೆ
ಸುಮುದ್ರ ನುಂಗಿತ್ತು ನದಿಯ

ಕನಸ ಬದುಕುಮುಗಿಯಿತೇ
ಪ್ರೀತಿ ಹಿತವು ಮರೆಯಿತೇ
ಕಳೆದ ನೆನಪು ಮರೆಯಾಯಿತೇ
ಒಲವು ನಗುವ ಕೊಂದೀತೆ
ಮರೆಯಲೊರಟೆ ನಿನ್ನ ಹೆಸರು
ಬರಡು ನೆಲದಿ ಹಚ್ಚಹಸಿರು
ಶ್ವಾಸದಲ್ಲಿ ನಿನ್ನಉಸಿರು
ಮನಸ ನೋವು ಕೆಸರು
ಹಿಂಡಿತೇಕೆ ನನ್ನನ್ನು.

20. ನೆನೆದು ನಿನ್ನ

ನಾ ನೆನೆದು ನೆನೆದು ನಿನ್ನ

ಹೇಗೆ ಮರೆಯಲಿ ಇನ್ನ

ಮರೆತು ಹೋಗೊ ಮನಕೆ

ನೆನಪು ಒಂದು ಬಯಕೆ

ಕಾಡುತ್ತಿರುವ ಒಲವ ಹಸಿವು

ಸುಡುತಿದೆ ವಯಸ್ಸ ತನುವು

ಬಯಸುತಿದೆ ಸನಿಹ ಮನವು

ಏಕೆ ಹೀಗೆ ಕಾಡೋ ಚೆಲುವು

ಹೃದಯ ಕೊಂದು ರಕ್ತಬೆಂದು

ಕನಸ ತಿಂದು ಒಲವು ಬಂದು

ಮೌನವೇಕೋ ಮರೆಯಾಗಿದೆ

ಮಾತ ನುಡಿಯು ಬಾರದಾಗಿದೆ

ನಿನ್ನ ನೆನೆದ ದಾರಿಯಲ್ಲಿ

ನೋವ ಮುಳ್ಳು ಬಂದು ಚೆಲ್ಲಿ

ದಾರಿ ನೋವು ನೀಡಿದೆ

ಪ್ರೀತಿ ಮರೆತು ಕನಸ ತೊರೆದು

ಕಣ್ಣ ಹನಿಯು ಸುರಿದಿದೆ

ಯಾರಿಗಾಗಿ ಪ್ರೀತಿ ಮೋಹ

ಮನದಲಿ ನಂಬಿಕೆ ದ್ರೋಹ

ಏಕೋ ಮನೆಯ ಮಾಡಿದೆ

ಕಾಣದ ತೀರ ಕೈಬಿಸಿ ಕರೆದಿದೆ.

21. ಪ್ರೀತಿ ಮಾತು

ಒಲವ ಮಾತು ಸಿಹಿಯಾಯ್ತು
ನಿನ್ನ ಬೆಸುಗೆ ಬಿಸಿಯಾಯ್ತು
ಹೆಸರು ಏಕೋ ಉಸಿರಾಯ್ತು
ಬಾರೆ ಒಮ್ಮೆ ಬಳಿಗೆ ನಕ್ಕು ನೀ

ಮೋಡವಿರದ ಬಾನಿನಲ್ಲಿ
ಪ್ರೀತಿ ಹನಿಯ ಮಳೆಯಾಯ್ತು
ನೀರು ಇರದ ನದಿಯೊಂದು
ತುಂಬಿ ಬಂದು ಸೇರಿ ತಿಂದು
ತಿರುಗಿ ಒಮ್ಮೆ ನೋಡಬಾರದೇ

ಹುಣ್ಣಿಮ್ಮೆಯ ಬಾನಿನಲ್ಲಿ
ನಕ್ಷತ್ರಗಳ ಗೂಡಿನಲ್ಲಿ
ಚುಕ್ಕಿಗಳು ಚೆಲ್ಲಾಪಿಲ್ಲಿ
ಒಳವ ಚಂದ್ರನಂತೆ
ನೀನು ಒಮ್ಮೆ ಕಾಣಬಾರದೆ

ದಟ್ಟ ಅಡವಿಯ ಕಾಡಿನಲ್ಲಿ
ಚಿಗುರಿದ ವಸಂತ ಮಾಸ
ಮರದಿ ಕೂತ ಕೋಗಿಲೆಯೇ
ಒಮ್ಮೆ ನೀನು ಹಾಡಬಾರದೆ

ಬಂಡೆ ಮೇಲೆ ಹರಿವನೀರು

ಸಾಗಿದಂತೆ ಒಲವತೇರು

ಮುಂದೆ ನಗುತಾ ಓಡುವಾಗ

ಜಾರಿ ನನ್ನ ಒಮ್ಮೆ ಸೇರಬಾರದೆ

    ಮನದಿ ಪ್ರೀತಿ ಹುಟ್ಟಿ

    ಒಲವ ಬೆಸುಗೆ ಕದವ ತಟ್ಟಿ

    ನಿನ್ನ ಕರೆದು ಕೂಗುವಾಗ

    ಲವ್ಯ ಎಂದು ಹೇಳಬಾರದೆ.

22. ಮಕರ ಸಂಕ್ರಾಂತಿ

ಸಡಗರದ ಸಂಕ್ರಾಂತಿ
ತರದಿರಲಿ ಮತಿ ಬ್ರಾಂತಿ
ನಡೆಯಲಿ ಸುಗ್ಗಿ ಕ್ರಾಂತಿ
ರೈತರ ಜೀವನವು ಶಾಂತಿ

   ರಾಗಿಯ ಬೆಳೆ ಬಂತು
   ಅನ್ನದ ಸಿರಿ ತಂತು
   ಸುಗ್ಗಿಯ ಸವಿಯೋ
   ಸುಖದ ಶಾಂತಿಯೋ

ಕಣದ ಬದುಕು
ಕಷ್ಟಗಳ ಸವೆದು
ಬರವನ್ನು ನೀಗಿ
ಜೋಳಿಗೆ ತುಂಬಿತು ಜೋಗಿ

   ಹಸನದ ಜೀವನ
   ವ್ಯಸನವ ನೂಕಿ
   ಬಾಳಿನಲ್ಲಿ ಸಿಹಿ
   ಎಳ್ಳು ಬೆಲ್ಲವ ಹಾಕಿ

ಹಾಡೋಣ ನಾವು
ಸಂಕ್ರಾಂತಿ ಬಂತು
ಕುಣಿಯೋಣ ನಾವು
ಮನೆಮಂದಿ ನಿಂತು.

23. ಬೇವರ ಹನಿ

ಕಷ್ಟದಿಂದ ಸುರಿವ ಬೇವರ
ಹನಿ ಮುತ್ತಾದೀತೆ
ಹಸಿವನ ಹೊಟ್ಟೆಗೆ
ಅನ್ನದ ತುತ್ತಾದಿತೇ

ಸೂರ್ಯನ ಕಿರಣ
ನನ್ನ ಸುಟ್ಟೋಡಿತೇ
ಸಂಜೆಯ ಒಳಗೆ ಕಷ್ಟದ
ಬಣ್ಣ ಕಪ್ಪಾದೀತೇ

ಮುಂಜಾನೆಯ ಮಂಜು
ನನ್ನ ತಬ್ಬಿತೆ
ತಂಗಾಳಿ ಚಳಿ ನೋಡಿ
ದೇಹ ಬೆಚ್ಚದೀತೆ

ಕೊಂಚ ಅನ್ನ ಹಸಿವ
ನೀಗಿ ಮನ ಕುಣಿಯಿತೇ
ಮಾಡಬೇಕು ಕಾಯಕ
ಕಾವ ನೀಡಿ ದೇಹಕ

ಶ್ರಮಿಸಿ ದಣಿಸಿ ದುಡಿಯಬೇಕು

ಒಪ್ಪೊತ್ತಿನ ಊಟಕ

ಬಡವನ ಬದುಕು ಬೆಳಕು

ಇರುಳಿನಂತೆ ತಳುಕು

ಹಗಲು ಕುಣಿದು ಬೆವರ ಸುರಿದು

ತೊಳೆಯಬೇಕು ಕೊಳಕು

ಗಂಜಿ ಅನ್ನ ಜೀವನದ ಅಮೃತ

ದೇವಾಕೊಟ್ಟ ಶಾಪವೇಕೋ ವಿಕೃತ

ಯಾರ ನಾನು ಬೈಯಲಿ

ವಿಧಿಯನೇಕ ದೂರಲಿ

ಹುಟ್ಟಿದ ಜೀವನೋವ ನುಂಗಿ

ಆಸೆಯ ಗೋಪುರದಿ ಅರುಕು ಅಂಗಿ

ಹಿಟ್ಟಿಗಾಗಿ ದುಡಿಯುವೆ

ಹೂಟ್ಟೆಗಾಗಿ ಮಣಿಯುವೆ

ಕೆಲಸ ಕೊಟ್ಟ ದೇವರಿಗೆ

ಕೈ ಎತ್ತಿ ಮುಗಿಯುವೆ

ಸ್ನೇಹದಿಂದ ಸಲವುವರಿಗೆ

ಸಾವು ಕೂಡ ಪ್ರೀತಿಸಲುಗೆ

ಚೇಡಿಸಿ ಹೀಯಾಳಿಸುವವರಿಗೆ

ಜೀವ ಕೂಡ ಒಡೆದ ಮಡಕೆ.

24. ನನ್ನ ಸಿನಿಮಾ

ಹೃದಯವೇಕೋ ಮಿಡಿಯುತ್ತಿದೆ

ನಿನ್ನ ಆಸೆ ಹೊತ್ತು

ನಾನು ಹೇಗೆ ಜೀವಿಸಲಿ

ನನ್ನ ಕನಸ ಕಿತ್ತು

ಮನುವು ಹಾಗೆ ಹೇಳುತಿದೆ

ನೀನು ತುಂಬಾ ಚೆಂದ

ಮತ್ತೆ ಹೇಗೆ ವರ್ಣಿಸಲಿ ನಿನ್ನ ಅಂದ

 ಮಾತು ಏಕೋ ಮೌನವಾಯ್ತು

 ನುಡಿಯು ಹಾಗೆ ಕವನವಾಯ್ತು

 ಕವನವೀಗ ಚೆಂದ ಹಾಡಯ್ತು

 ಹಾಡಿಗೆ ನಾವು ಕುಣಿಯೋಣವೆ

ಕುಣಿದ ಹೆಜ್ಜೆ ನಾಟ್ಯವಾಯ್ತು

ನಾಟ್ಯ ಹಾಗೆ ಮನಸ್ಸ ಕದ್ದಾಯ್ತು

ನನ್ನ ಸಿನಿಮಾ ನಟಿಯಾದೆ

ನಾನು ನಿನ್ನ ಪ್ರೀತಿ ನಟನಾದೆ

 ಯಾರು ಜೀವನದ ಸಿನಿಮಾ ಕೇಡಿ

 ಕಳಿಸಿಹನು ದೇವರು ನೋಡಿ

 ಒಮ್ಮೆ ನನಗೆ ತಿಳಿಯಬಾರದೆ

 ನಕ್ಕು ನೀನು ನಲಿಯುವಾಗ

 ತಿರುಗಿ ಒಮ್ಮೆ ನೋಡಬಾರದೇ

ನನ್ನ ಜೀವನದಿ ನನ್ನ
ಸಿನಿಮಾ ಹೀರೋ ನಾನೇ
ಬಯಸಿ ತಂದ ಚೆಂದದ ನಟಿ ನೀನೇ
ನಡೆಯುತ್ಕೈತೆ ನಮ್ಮ ಸಿನಿಮಾ

ದೇವಾ ಕೊಟ್ಟ ಕತೆಯಲಿ
ಚಿತ್ರವೀಗ ಚಲಿಸುತಿಹದು
ಬ್ರಹ್ಮ ಬರೆದ ವಿಧಿಯಲಿ
ಸಿನಿಮಾ ಅಂತ್ಯ ಸಾಗುವುದು
ಮೋಡಕವಿದ ಮನೆಯಲಿ

25. ಕನಸಿನ ತೇರು

ನಸು ನಗುವ ಮಾತಿಗೆನೀನಾದೆ ಬೇಜಾರು

ಜೀವನದಿ ನೋವುಗಳು ಸಾವಿರಾರು

ಯಾರಿಗೆ ಹೇಳಲಿ ನನ್ನ ಬದುಕಿನಬಣ್ಣ

ನೀರಾಗಿ ಹರಿಯುತ್ತಿದೆ ನೋವಿನ ಕಣ್ಣ

ಮನಸುಗಳ ನಡುವೆ ಪ್ರೀತಿಯ ತಿಕ್ಕಾಟ

ಕಲೆತ ಹೃದಯಗಳ ನಡುವೆ ಕಿತ್ತಾಟ

ಕಟ್ಟಿದ ಕನಸು ಪುಡಿಯಾಯಿತೇ

ನೋವಲಿ ಮನಸ್ಸು ಚೂರಾಯಿತೇ

ಜೀವನ ಅರ್ಥವಾಗುವ ಒಳಗೆ ವಂಚೂರು

ಬದುಕಿನ ಮಳಿಗೆ ಸೋರುವ ಸೂರು

ನನ್ನ ಣ್ಣೀರ ಒರೆಸುವರು ಯಾರು

ಯಾರಿಗೆ ನೀಡಲಿ ನಾ ದಿನ ದೂರು

ಮರೆಯದ ಯಾತನೆಯಲ್ಲಿ ಸಾಗಿದೆ ಜೀವನ

ನಗುವ ಕನಸಿಗೆ ಹಾಕಿದೆ ಬೇಲಿಯನ್ನ

ನಾನೇಗೆ ಬಾಳಲಿ ಈ ಬಣ್ಣದ ತೇರಲಿ

ಹೇಗೆ ಕಾಲವದೂಡಲಿ ಈ ಗುಬ್ಬಚ್ಚಿಗೂಡಲಿ

ಕನಸುಗಳ ಗರಿ ಬಿಚ್ಚಿ ಆಕಾಶಕ್ಕೆ ಹಾರಲೆ

ನೋವಿನ ಸುಳಿಯಲಿ ಕೂರಲೇ ಸೂರಲಿ

ಮನಬಿಚ್ಚಿ ಕುಣೆಯಲೇಚೆ ಟಪಟ ಮಳೆಯಲಿ

ಯಾರಿಗೂ ಇಲ್ಲದ ಈಬಣ್ಣ ಮಾಸಿದೆಏಕೋ ಕೆಸರಲಿ.

26. ಕಾಲದ ಸುಳಿ

ಕಾಲವು ಹೇಳಿತು ಕಥೆ

ಒಂದು ಜೀವಿಯ ವ್ಯಥೆ

ಸೂರಿಲ್ಲದ ಸೂರಿನ ರಾಣಿ

ನೋವೆ ಜೀವದ ಏಣಿ

  ಮೊಗ್ಗು ಅರಳಿತು ಹೂವಾಗಿ

  ಹೂವು ಬಾಡಿತು ಕಸವಾಗಿ

  ಸಮಯ ಹೇಳಿತು ಸವಿಯ

  ಕಾಲ ಕಾದಿತ್ತು ವಿಧಿಯ

ಕನಸು ನನಸಾಗೋ ಸಮಯ

ನನಸು ಬದುಕಿನ ವಿಸ್ಮಯ

ಸಾವಿರ ಸಾಲು ದಾರಿ ಎದುರು

ನಡೆವನಡಿಗೆಯೇ ತೊಡರು

  ಕಣ್ಣಾರೆಪ್ಪೆಯೊಳಗೆ ಮಿಂಚಿತೆ ಕಾಲ

  ಕಣ್ಣ ನೀರು ನೋವಿನ ಜಾಲ

  ಸಮಯ ಹೇಳಿತೆ ಆಸೆಗೆಉತ್ತರ

  ಕಾಲ ಬಂದಿತೆ ನೋಡುವ ಚಿತ್ತಾರ

ಕನಸಿನನಾಳೆ ಬಂದಿತೆ ಮತ್ತೆ

ಆಸೆಗೆ ಖುಷಿಯು ಸಿಕ್ಕಿತೆ

ನೋವಿಗೆ ಕೊನೆಯು ದಕ್ಕಿತೆ

ಕಾಲಚಕ್ರ ನನ್ನ ಮೇಲೆನೂಕಿತೆ.

27. ಕನಸ ಆಸೆ

ಕನಸಿನ ಆಸೆ ಏಕೋ ಎತ್ತರ

ಮನಸಿನ ಭಾಷೆ ಅದಕೆ ಉತ್ತರ

ಬದುಕು ನೀನು ಭ್ರಮೆಯ ಬಿಟ್ಟು

ನೋವು ದುಃಖ ಮೂಟೆಕಟ್ಟು

      ನಾಳೆ ಎಂಬ ಒಲವೇ ಚಲವು

      ಸಿಗುತ್ತಿಲ್ಲ ಏಕೋ ಗುಟ್ಟಾಸುಳಿವು

      ಮೋಹವೆಂಬ ಬದುಕ ಅಳಿವು

      ತೊರೆದರೇನೇ ನಿನಗೆ ನಲಿವು

ಬದುಕ ಪಯಣ ಮೂರು ದಿವಸ

ಸಿಗಲಿ ನಮಗೆ ಹೊಸಹರುಷ

ಗೆಲುವು ಒಂದು ಮತ್ತೆ ಸಿಕ್ಕಿ

ಬೆಂದ ಜೀವದ ನೋವ ಹೆಕ್ಕಿ

      ಕನಸ ಕಂಡ ಮನಸು ನನಸು

      ಸಹಬಾಳ್ವೆ ಬದುಕ ಸೊಗಸು

      ಮರೆತು ಹಾಡಿ ದ್ವೇಷದ ಮುನಿಸು

      ಪ್ರೀತಿಯನ್ನು ಮತ್ತೆ ಗಳಿಸು

ಒಲವ ಬದುಕು ಹಿತವಾಗಿ

ಮನಸು ಇರಲಿ ಖುಷಿಯಾಗಿ

ದುಃಖ ಸಿಟ್ಟು ಮರೆತೋಗಿ

ಬಾಳೋಣ ನಾವು ಹಾಯಾಗಿ

ಕಂಡ ಕನಸು ಗೆಲುವ ನಗುವಾಗಿ.

28. ಶಿವಾಯ ನಮಃ

ಬೂಮಂಡಲವ ಸುತ್ತಿ
ಆಕಾಶವ ಬದಿಗೊತ್ತಿ
ಬೆಂಕಿಯ ಬರಸೆಳೆದು
ಧರೆ ಹೊತ್ತಿ ಉರಿವಾಗ

  ಶಿವ ನೀನು ಬಲ್ಲೆಯ
  ಯಾರಿಗೆ ಆಹುತಿ
  ನಡೆಯಲಿ ಕೆಂಡ
  ಮನವರಿಯದ ರುಂಡ

ಬದುಕು ಬೋರ್ಗರೆಯಲು
ಮನವು ಏಕೋ ಮಸಣ
ಬೂದಿ ಬಳಿದ ಅಘೋರಿಗೆ
ಶಿವನೇ ಪರಮ ಪ್ರಾಣ

  ವೇಷದಲಿ ಶಿವನ ನಾಮ
  ಬಂಗಿಯ ಒಲವೇ ಪ್ರೇಮ
  ಈಶ್ವರನ ಜಪಿಸುತ
  ಬಮ್ಬ‍ಮ್ಬೋಲೇ ಕೂಗುತಾ

ಮಸಣವೆ ಜೀವರಾಶಿ
ವಿಧಿ ಅರಸಿ ಮನ ಸಹಿಸಿ
ವಿಬೂತಿಯಲಿ ವರ ನೀಡಿ
ಶಿವನನ್ನೇ ಸ್ವೀಕರಿಸಿ ದೇವಾ
ಜೈ ಜೈ ಭಮ್ಬ ಮ್ಬೋಲೆ...,..

29. ಮಸಣದ ಬದುಕು

ಮನಸು ಹೇಳುವ ಮುನ್ನ
ಮಸಣವಾಯಿತೇ ಬದುಕು
ನಿನ್ನ ಕೂಗುವ ಹೃದಯ
ಚೂರಾಯಿತೇ ಇಂದು

ನೇಸರನು ಕೆಂಪಾಗಿ ಕಾದಿಹನು
ದೇಹವನು ಸುಟ್ಟಿಹನು
ನಿನ್ನ ಆಸೆಯನು ಇಟ್ಟಿಹನು
ನೀನು ಇರದೇ ಇನ್ನ ಬದುಕು ಏನು ಚೆನ್ನ

ಮಾತಿಲ್ಲದೆ ಹೋರಟೆ ಅಣೆಬರಹಗೊರಟೆ
ಯಾಕೀಗೆ ಜೀವನ
ಸುಡುತಿಹುದು ಕನಸಿನ ಮೌನ
ನಿನ್ನಾಸೆ ಬಿರುಗಾಳಿ
ಬಾಳ ಬರಿದು ಮಾಡಿರಲು
ಎಲ್ಲಿ ಹುಡುಕಲಿ ನಾ ನೀನೆಂಬ ತಂಗಾಳಿ
ದೇಹ ದಣಿದಿದೆ ತನುವು ಮಣಿದಿದೆ

ಹುಡುಕುತ ನಿನ್ನ ಛಾಯೆ
ಬದುಕು ಮೂರು ದಿನದ ಮಾಯೆ
ಕನಸ ಕಂಬನಿ ಅಳುತ್ತಿರುವ ಇಬ್ಬನಿ
ಬಯಸಿದೆ ನಿನ್ನ ಮತ್ತೆ ಬಾ ಬಾಳಿನಲಿ

30. ನೀ ನಗುವು

ನೀನ ಎಂಥ ಚೆನ್ನ
ಸೋಜಿಗವೆ ಇನ್ನ
ನೋಟದಲಿ ಉತ್ತರ
ಸರಿ ಇದೆ ಎತ್ತರ

    ನೀನ ಎಂಥ ಚೆನ್ನ
    ಮನವೇಕೋ ರನ್ನ
    ಕರೆದಂತೆ ನೀ ನನ್ನ
    ನೀ ಬಹಳ ಹೇಳಿದೆ ಮಾತಾನಾಡದೆ ಚಿನ್ನ

ನಿನ್ನ ನಗು ತುಂಬಾ ಘಾಟಿ
ನಡೆ ಏಕೋ ಚೂಟಿ
ಮಾತಿನಲಿ ಕ್ಯೂಟಿ
ನೀ ತುಂಬಾ ಸ್ವೀಟಿ

    ಕನಸು ಮನಸ ತಾಗಿ
    ನನ್ನ ಬಳಿ ಕೂಗಿ
    ಕರೆದಂತೆ ನನಗಾಗಿ
    ತಿರುಗಿ ನೋಡಿದೆ ನಿನ್ನ
    ನೀ ಬಹಳ ಹೇಳಿದೆ ಮಾತಾನಾಡದೆ ಚಿನ್ನ.

31. ಮಾಗಿದ ಮನಸು

ಮನಸು ಮನಸು ಮಾಗಿದ

ಮೇಲೆ ಕನಸು ಕೂಡ ಸೊಗಸು

ಮಾತು ಮಾತು ಬೇರೆತ ಮೇಲೆ

ಸಮಯವೇ ನಮ್ಮ ಕರೆಸು

ಪ್ರೀತಿ ಹೃದಯ ಬಡಿತ ಏಕೋ

ಕೇಳಿದೆ ನಿನ್ನನು ಸವಿಯ

ತಿಳದ ಕೂಡಲೇ ಒಲವು ಏಕೋ

ಕಾಡಿದೆ ನಿನ್ನಯ ನುಡಿಯ

ಹರೆಯದ ದೇಹಕೆ ಮಾಗಿಯ ಚಳಿ

ಮಾವಿನ ತೋಟದಿ ಮುದ್ದು ಗಿಳಿ

ಚಳಿಯಲ್ಲಿ ನಲುಗಿದೆ ದೇಹ

ಯಾಕೋ ಏನೋ ನಿನ್ನ ಮೋಹ

ನೂರಾರು ಕನಸು ಶುರುವಾಯ್ತು

ನಿನ್ನ ಮೇಲೆ ಮನಸಾಯ್ತು

ಬಯಸಿದ್ದು ನನಗೆ ಸಿಕ್ಕಾಯ್ತು

ನಿನ್ನ ಪ್ರೀತಿ ವರವಾಯ್ತು

ನೂರೆಂಟು ಅಸೆ ಬೇಡಿದೆ ನನ್ನ

ಇತವಾದ ಮಾತು ತುಂಬಾ ಚೆನ್ನ

ಒಲವಿನ ಹೂವೆ ಬೇಡುವೆ ನಿನ್ನ

ನಿನ್ನ ಪ್ರೀತಿ ನನಗಾಗಿ ಓ ಚಿನ್ನ.

32. ಕವನದ ಸಾಲು

ಬರೆಯುವ ಕವನ ಕಾಡಿತೇ ನನ್ನ

ಓದುಗರ ಮನಸ ಗೆಲ್ಲುವುದೇ ಇನ್ನ

ರುಚಿಸಲೇ ಇಲ್ಲ ಸಾಲುಗಳ ಪದವು

ಅಂತ್ಯ ಪ್ರಾಸ ಎಟುಕದ ಜ್ವರವು

      ಬರೆಯಲು ಹೊರಟೆ ಪ್ರೀತಿ ಕಥೆಯ

      ಮನವು ಹೇಳಿತು ಬೇಡವೋ ಗೆಳೆಯ

      ನಸುಕಿನ ನಯನಕೆ ಸೋಲಿನ ರುಚಿ

      ಪದಗಳ ಸಾಲು ಕೇಳಿತುಶುಚಿ

ಹುಡುಕುತ ಹೊರಟೆ ಪದಗಳ ಸಾಲು

ಬರೆದ ಸಾಲು ನಗುವಿನ ಸೋಲು

ನನ್ನಯ ಬದುಕಲಿ ಕವನದ ಚಿತ್ತಾರ

ಹೊಳೆದ ಪದಗಳ ಪ್ರೀತಿಯ ಸಹಕಾರ

      ಬರೆದ ಮೇಲೆ ಬೇಸರ ಏಕೆ

      ನೆನಪಿಗೆ ಬಾರದು ಹಾರಿದ ನೌಕೆ

      ಕಾರಣವಿಲ್ಲದೆ ಕಥೆ ಬಾರದು

      ಪದಗಳ ಪುಂಜ ಹಿಡಿದಂತೆ ಹುಂಜ

ಯೋಚನೆಯಲ್ಲಿ ಗೀಚಿದೆ ಕವನ

ಪದಗಳ ಸಾಲು ಮನದಲಿ ಜನನ

ರುಚಿಸಿತೇ ವನಿತೆ ನಲ್ಮೆಯ ಕವಿತೆ

ಯಾರಿಗೆಬೇಕು ಈಪ್ರಾಸದ ಹಣತೆ.

33. ಹೋತ್ತಿದೆ ಕಿಡಿ.

ಮನಸು ಮನಸುಗಳ ನಡುವೆ ಕಿಡಿ

ಬದುಕಿನ ಪಯಣವೇ ಸ್ವಲ್ಪತಡಿ

ಸುನಾಮಿಯ ಅಲೆಗಳೇ ದಡಕೆ ಬಡಿ

ಪ್ರೀತಿಯ ಹೃದಯಗಳಿಗೆ ಈಗೇಕೆ ಚಡಿ

    ಯಾರದೋ ಬೇಗೆಗೆ ಬಯಲಾಯ್ತು ಬದುಕು

    ಕನಸು ಕಂಡ ಮನಸುಗಳ ನಡುವೆ ಬಿರುಕು

    ಕಂಬನಿ ಎಂಬಾಕಣ್ಣೀರ ಚುರುಕು

    ಪ್ರೀತಿ ಮನಸ್ಸುಗಳ ಸೇತುವೆ ಮುರುಕು

ನಡೆದೊಷ್ಟು ದೂರ ನೋವಿನ ತೀರ

ಮರೆಯಲಿ ಹೇಗೆ ಒಲವ ನೆನಪಿನ ಭಾರ

ಪ್ರೀತಿ ಸಮುದ್ರದಲ್ಲಿ ನಿನ್ನಯ ಗೋಪುರ

ಕಂಡ ಕಂಡಹೋಡನೆಯೇ ಚೂರಾಯ್ತು ಒಲವ ಗೋಪುರ

    ಕನಸು ಕಾಣಲು ಮನಸಿಲ್ಲ ನನಗೆ

    ಹೋತ್ತಿದ ಕಿಡಿಗೇ ಉರಿದೋಯ್ತು ಬದುಕು ಕೊನೆಗೆ

    ಯಾಕೋ ಭಾರ ಜೀವನದ ನಡಿಗೆ

    ಮನಸ್ಸಿಗೆ ಸಾಕಾಯ್ತು ಜೀವವೇ ಕೊನೆಗೆ.

34. ಮಸಣದ ತೇರು

ಮಸಣದ ತೇರು ನೋಡಿರೋ ಅಣ್ಣ

ವಿಧಿಯಟಾದಂತೆ ಬದುಕಿನ ಬಣ್ಣ

ನೀಡಿಲ್ಲ ಸುಳಿವು ಈಗೇಕೆ ಅಳಿವು

ಕಂಡ ಕನಸಿಗೆ ಬಂದ್ಯೆತಿ ಬರವು

    ನನ್ನಯ ಭಕ್ತಿ ನನ್ನ ಕಾಯಲಿಲ್ಲ

    ಆಸೆಯ ಬುತ್ತಿ ನಾನು ಹೊತ್ತುವಯ್ಯಾಲಿಲ್ಲ

    ಸುಡುಗಾಡು ಏಕೋ ಕೈಬಿಸಿ ಕರೆಯಿತಲ್ಲ

    ಕಣ್ಣಮುಚ್ಚಿ ಬಿಡುವುದರೊಳಗೆ ಜೀವ ಹಾರಿತಲ್ಲ

ಜೀವನವು ನಡೆವಾಗ ಬದುಕು ಎಷ್ಟು ಚೆನ್ನ

ಜೀವವ ಬಿಡುವಾಗ ಕೊನೆ ಉಸಿರೇ ಕನ್ನ

ಬಾಳ ದಾರಿಯಲಿ ಬೆಂದ ಹೃದಯವೇ ಕೇಳು

ಮನಸು ಮಿಡಿದ್ಯೆತೆ ನೋವಿನ ಗೋಳು

    ಸ್ಮಶಾನದಲ್ಲಿ ಮಣ್ಣಲಿ ಮಣ್ಣಾಗೋ ದೇಹ

    ಹಣೆಬರಹ ಬರೆದವನಿಗೆ ಹೊತ್ತೊಯೋ ಮೋಹ

    ಕಾಣದ ಲೋಕವು ಕೈಬಿಸಿ ಕರೆದಂತೆ

    ಮಸಣದ ತೇರು ನನ್ನವರು ಎಳೆದಂತೆ

    ಮಸಣದ ತೇರು ನೋಡಿರೋ ಅಣ್ಣ

    ವಿಧಿಯಾಟದಲಿ ಮಾಸಿತು ಬದುಕಿನ ಬಣ್ಣ.

35. ಅಲೆಮಾರಿ ನಾ

ಗುರಿಯಿಲ್ಲದ ಅಲೆಮಾರಿನಾ
ನಡೆದದಾರಿ ಕಲ್ಲುಮುಳ್ಳಿನಾ
ಎಳು ಬೀಳಿನ ಜೀವನವೇ
ಮುಗಿಯದ ಯಾತನೆಯಲ್ಲಿ
ಈಃ ಬದುಕಿನ ಪಯಣ

ನೋವುಂಟು ನೂರಾರು
ಮನಸು ಮಸಣದೂರು
ಸೆಳೆವಾಗ ಜೀವನದ ಸುಳಿ
ಅರಿವೇ ಇಲ್ಲದ ಮನ ಗುಳಿ
ಸಾಗು ಸಾಗುತ ಪಯಣ ಬೇಸರ
ಕಾಲು ದಾರೀಲಿ ಜೀವನ ಸಂಹಾರ
ಸೋಲು ಎಂಬ ಈಃ ಉಪಹಾರ
ಸುಟ್ಟಿತೆ ನನ್ನ ಜೀವ ಕೈಯಾರ

ನೆಮ್ಮದಿ ಜೀವನದ ಗಂಟು
ಆಸೆಗಳು ಬದುಕಲಿ ನೂರೆಂಟು
ಗುರಿಯಿಲ್ಲದ ಅಲೆಮಾರಿನಾ
ನೋವಿ ನಅಲೆಯಲ್ಲಿ ಬದುಕುಳಿದೆನಾ.

36. ತೇಲುವ ದೋಣಿ

ಏ ನನ್ನ ಸ್ನೇಹ ದೋಣಿಯೇ

ನೀರಿನಲ್ಲಿ ಮುಳುಗಿ ನೀನು

ತೆಲುತಾ ನಗುತಾ ನಲಿವೆ

ಅಲೆಗಳ ಹೊಡೆತಕೆ ನಲಿಯುವೆ

ನಿನ್ನ ಮೇಲೆ ನಿಂತನನ್ನ

ಮಗುವಿನಂತೆ ಪ್ರೀತಿಯಲಿ ಸಲವಿ

ತೂಗಿ ತೂಗಿ ಒಲವೇ ಮೆರೆವೆ

ನಿನಗೆ ಯಾರು ಸರಿ ಸಾಟಿಯು

ಕಡಲ ನೀರು ನಿನ್ನಮುತ್ತಿಟ್ಟಾಗ

ತಾಕಿ ನಿನ್ನ ಮೈ ಸವರಿದಾಗ

ಹಾಗೆ ತೂಗಿ ಒಮ್ಮೆಬಾಗಿ

ಜೀವ ಅಲೆಯ ಜೀವಿಗಳ ಸಲಹುವೆ

ನೀನು ಬಾಗಿ ನೀನು ತೂಗಿ

ಬೆದರುವಾಗ ನೋಡಿ ನಿನ್ನ ನಗುವರು

ಅಲೆಗಳಿಗೆ ಹೆದರದೆ ಗಾಳಿಗೆ ನಲುಗದೆ

ಮಜಾ ನೋಡವವರ ಲೆಕ್ಕಿಸದೆ

ಪ್ರೀತಿಗೆ ಪ್ರಾಣ ಕೊಟ್ಟು

ಜೀವಿಗಳ ಲೆಕ್ಕ ಕಿಟ್ಟು

ದಡಕೆ ನಮ್ಮ ಬಿಟ್ಟು

ಬದುಕ ಗೂಡಿಗೆ ಬಿಟ್ಟು

ಹೊರಟೆ ನೀನು ನೀರಿಗೆ.

37. ಮಣ್ಣ ಖುಣ

ನಾನು ಎಂದು ಮೆರೆದವರೆಲ್ಲ ಮಣ್ಣು
ದ್ವೇಷ ಎಂಬುದು ಮಾನವೀಯತೆಯ ಹುಣ್ಣು
ಕಾಲವೆಂಬುದು ದೇವರು ಕೊಟ್ಟ ಹೆಣ್ಣು
ನೋಡಲು ನಿಂತವನೆ ದೇವರ ಕಣ್ಣು

ಯಾರಿಗೆ ಹೇಳಲಿ ನಾ ಸಾರಿ
ಬದುಕು ನೋವಿನ ಚೂರಿ
ಮಸಣವೂ ಕರೆವುದು ಕೇರಿ
ಕಟ್ಟಲು ಸಾವಿನ ಘೋರಿ

ಸತ್ತ ಶವದ ಬೀಜವು ಒಂದೇ
ಮಾನವೀಯತೆಯ ಮುಂದೆ
ಕನಸುಗಳ ಬದುಕ ಕೊಂದೆ
ನೋವು ನಲಿವಲಿ ಬೆಂದೆ

ಎಗರುತಿಹದು ನನ್ನಯ ಕಿಚ್ಚು
ಇಂದು ನಂಗೇಕೋ ರಚ್ಚು
ಮನಸು ಮಾಗದು ಹುಚ್ಚು
ಕನಸು ಜೀವನವ ಕಚ್ಚು

ಕಾಲ ಹೇಳುವುದು ಉತ್ತರ

ಹರಿಸಿ ಬದುಕಿನ ನೆತ್ತರ

ಮಣ್ಣಲಿ ಬೀಜವು ಹೆಮ್ಮರ

ನಡೆವುದು ದೇವರ ವಿಧಿ ಬರ

    ಯಾರಿಗೆ ಬೇಕು ಈ ಪಯಣ

    ನೋವು ಗೆಲುವಿನ ಮರಣ

    ಸಾವು ನೋವಿನ ಜನನ

    ತೀರಿಸಲಿ ಹೇಗೆ ಈ ಮಣ್ಣ ಋಣ.

38. ಕಥೆ ನೂರು

ಬದುಕು ಒಂದು ನೂರು

ಕಥೆ ಹೇಳಿದೆ ಮೂನ್ನೂರು

ನಡೆದ ಘಟನೆ ಸಾವಿರಾರು

ಕನಸುಗಳ ಸಂತೆಯ ತೇರು

      ಪಯಣದಲಿ ನೊಂದು

      ಜೀವನದಿ ಬೆಂದು

      ಘಟನೆಗಳು ಕೊಂದು

      ಬದುಕನ್ನ ತಿಂದು

      ಮುಗಿಸಿದವು ಕಥೆಯ

      ನನ್ನಯ ನೂರೆಂಟು ವ್ಯಥೆಯ

ಬಾಳಪುಟದಲ್ಲಿ ಚಿತ್ತಾರ

ನಲಿವ ನಯನ ಸಾಕ್ಷಾತ್ಕಾರ

ಬದುಕು ಕಟ್ಟಿದ ರೀತಿ ಅಮರ

ಕಥೆಯೂ ಬಲು ಘೋರ

      ದಾರಿಯು ಬದುಕ ಮುಚ್ಚಿ

      ಕಂಡ ಕನಸುಗಳ ಕೊಚ್ಚಿ

      ನನ್ನ ಹೃದಯವ ಚುಚ್ಚಿ

      ನಿದಿರೆ ಬಾರದೆ ರಾತ್ರಿ ನಾ ಬೆಚ್ಚಿ

      ದೇವರ ನೆನೆದೆ ಜೀವನವ ಸವಿದೆ

39. ಕೊಲ್ಲು ಕೊಲ್ಲೆನ್ನುವರಯ್ಯ

ಹಾಲು ಕುಡಿಯದ ಹಾವಿನಾ

ಉತ್ತಕ್ಕೆ ಹಾಲು ಎರೆವರಯ್ಯ

ನಡು ದಾರಿಯಲ್ಲಿ ಹಾವು

ಕಂಡರೆ ಬೆಚ್ಚಿ ಓಡಿ ಓಡಿ

ಕೊಲ್ಲು ಕೊಲ್ಲೆನ್ನುವರಯ್ಯ

ಮನುಷ್ಯ ಕಷ್ಟಕ್ಕೆ ಆಸರೆಯಾದಾಗ

ಬೇಡ ಬೇಡ ಅನ್ನುವರಯ್ಯ

ಮನುಷ್ಯ ನೋವಲ್ಲಿ ಬಿದ್ದಾಗ

ಮೂಲೆಗೆ ನೂಕು ನೂಕುತ್ತಾ

ಕೊಲ್ಲು ಕೊಲ್ಲೆನ್ನುವರಯ್ಯ

ಕಾಗೆ ಬಂದು ಮನೆ ಮುಂದೆ

ಕಾಳನು ಎಕ್ಕವಾಗ ದೂರಹೋಡಿಸುತ್ತಾ

ಕೊಲ್ಲು ಕೊಲ್ಲೆನ್ನುವರಯ್ಯ

ಸತ್ತ ಸಮಾಧಿಯ ಮುಂದೆ

ಮೃಷ್ಟಾನ್ನ ಭೋಜನ ಬಡಿಸಿ

ಸ್ವರ್ಗಕ್ಕೆ ದಾರಿ ತೆರೆಯುವುದು

ಬಂದುತಿನ್ನ ಎನ್ನುವರಯ್ಯ

ದಾರಿಯಲ್ಲಿ ಕುಡುಕನ ನೋಡಿ

ಕುಡಿದ ಬಿದ್ದ ಕುಡುಕ ಎಂಬುವರಯ್ಯ

ಯಾರಿಗೂ ಕಾಣದ ಹಾಗೆ

ಕುಡಿದು ನಾನು ಕುಡುಕನ್ನಲ್ಲ

ಸಾಮಾಜಿಕ ಚಿಂತಕ ಎನ್ನುವರಯ್ಯ

ನಾಲ್ಕ ಜನಕೆ ಅನ್ನದಾನ ಮಾಡಿ

ದೇವರ ಕೃಪೆ ಎಂದು ಹೇಳಿ

ಸಮಾಧಾನ ಪಡಿಸಿಕೊಳ್ಳುವರಯ್ಯ

ಮನೆಯಬಾಗಿಲಿಗೆ ಅನ್ನಬೇಡಲು ಬಂದ

ಭಿಕ್ಷುಕನಿಗೆ ಹೊಡೆದು ಹುಚ್ಚ

ಕೊಲ್ಲು ಕೊಲ್ಲೆನ್ನುವರಯ್ಯ

ಕೊಳದಲ್ಲಿ ಮೀನು ಹಿಡಿದು

ತಿಂದು ತೆಗುವರಯ್ಯ

ಮೊಸಳೆಯೂ ಕಂಡರೆ

ಕೊಲ್ಲು ಕೊಲ್ಲೆನ್ನವರಯ್ಯ

ಮುದ್ದಾದ ಮೇಕೆಯ ತಂದು

ಹುಲ್ಲು ಹಾಕಿ ಬ್ಯಾಎಂದು ಮುದ್ದಾಡುವರಯ್ಯ

ಬೆಳೆದ ಮೇಕೆಯ ಮಾಂಸ ನೋಡಿ

ಅಮ್ಮನ ಅರಕೆಯಿದೆ ಕೊಲ್ಲು ಕೊಲ್ಲೆನ್ನವರಯ್ಯ

40. ಮೋಸಗಾತಿಯೇ

ಹೂವಿನ ಗಿಡದ ಕಾಣದ ಮುಳ್ಳಿನ
ಮೋಸಕೆ ಬಲಿಯಾದೆ ನಾ
ನನ್ನ ಕನಸಿನ ಅರಮನೆಗೆ ಕೊಳ್ಳಿಯಾದೆ ನೀ
ನಿನ್ನ ಆಡಿದ ಆಟದಿ ಬುಗುರಿಯಾದೇನಾ
ತಿರುಗುತಾ ನನ್ನೇನಾ ಮರೆತೋದೆನಾ

ಒಲವ ಮರೆತು ಮೋಸವ ಹರಿತು
ನೆಲೆಯನು ಹುಡುಕಿಬಲೆಯಲ್ಲಿ ಸಿಲುಕಿ
ಹೃದಯವ ತಿವಿದು ರಕ್ತವು ಹರಿದು
ಕೂಗಿತು ನಿನ್ನ ಮೋಸಗಾತಿಯೇ

ಮನಸ್ಸು ಮುರಿದು ಬದುಕು ಸವೆದು
ಸುರಿವ ಮಳೆಯಲಿ ಕನಸ ಕರೆದು
ಹರಿವ ನೀರು ಕನಸ ತೊಳೆದು
ದಾರಿ ಕಾಣದ ಹುಚ್ಚು ಪ್ರೇಮಿನಾ

ಯಾಕೆ ಹೀಗೆ ಅಣೆಬರಹ ಶಪಿಸಿ
ದೇವರೇ ನನ್ನ
ಪ್ರೀತಿಗೆ ಮಾಡಿದೆ ಘಾಸಿ
ಆದರೂ ಏಕೋ ಕೊನೆಅಸೆ
ಮತ್ತು ಬೇಡಿದೆ ನಿನ್ನ ಪ್ರೀತಿಯ

ಹತ್ತಿದ ಹುಚ್ಚು ಹೊತ್ತಿದೆ ಕಿಚ್ಚು

ಬೇಡೆನು ಏನು ನಾನು ನಿನ್ನನ್ನು

ಮೋಸಗಾತಿಯೇ ಪ್ರೀತಿ ಪಾತಕಿಯೇ

ದ್ರೋಹ ಮಾಡಿದೆ ನಂಬಿಕೆ ಚೂರು ಮಾಡಿದೆ.

ಮುಗ್ಧ ಮನಸಿಗೆ ಮಸಣವ ತೋರಿದೆ.

41. ಕವಿಯಾದೇನಾ

ಕವಿಯಾದೇನಾ ಕವಿಯಾದೇನಾ

ಭಾವನೆಗಳ ಕನಸಾ ಕವನ ಗೀಚಿ

ಕನಸ್ಸುಗಳ ಸವಿಯ ಗೋಚಿ

ಮನಸ್ಸುಗಳ ಮಾತು ದೋಚಿ

ದ್ವೇಷ ಅಸೂಯೆಗಳ ಕಳಚಿ

ಮಧುರ ಕ್ಷಣವೂ ಅರಳುವ ಸಮಯದಿ

ಕವಿಯಾದೇನಾ ಕವಿಯಾದೇನಾ

ಮೂಗ್ಗೇಂದು ಅರಳಿ ಹೂವಾಗಿ

ದುಂಬಿಯೊಂದು ಹೂವ ಮುತ್ತಿಟ್ಟು

ತನಗಾಗಿ ಸಿಹಿಯ ಕೂಡಿಟ್ಟು

ಪ್ರೀತಿಯ ಸೊಗಡ ಬಚ್ಚಿಟ್ಟು

ಸಿಹಿಯ ಸವಿಯುವ ಕ್ಷಣದಿ

ಕವಿಯಾದೇನಾ ಕವಿಯಾದೇನಾ

ಪ್ರಕೃತಿಯ ಸೌಂದರ್ಯವ ವರ್ಣಿಸಿ

ಬೆಟ್ಟದಿ ಹಸಿರು ಮರ ಹುಂಕರಿಸಿ

ನದಿಯೊಂದು ಮೈತುಂಬಿ ಹರಿದು

ಹನಿ ನೀರು ಇಬ್ಬನಿಯಾಗಿ

ಬೀಳುವ ಸಮಯದಿ

ನನ್ನನಾ ಮರೆತು ಕವಿಯಾದೇನಾ

ಕಂಡ ಕನಸ ಗೀಚೋ ಕವಿಯಾದೇನಾ

ಪ್ರೀತಿಯ ನಲ್ಲೆಯ ಕುಡಿನೋಟ

ಮುಂಗುರುಳ ಕೂದಲ ಮುದ್ದಾಟ

ನಗುವಿನ ಪ್ರೀತಿಯ ತುಂಟ ಕಳ್ಳಾಟ

ಒಲವ ಸೊಗದಲಿ ಸೌಂದರ್ಯ

ನನ್ನ ಸೆಳೆವಾಗ ಮೌನದಿ ಮೂಕ

ಕವಿಯದೇನಾ ಕವಿಯದೇನಾ.

42. ಗುಲ್ಮೊಹರ

ಕೆಂಪು ಕೆಂದುಟಿಯಲಿ

ನಗುವ ನಯನದ ಹೂವೆ

ಹಸಿರು ಎಲೆಯಲಿ

ಅರಳಿದ ಕೆಂಪು ಕೆನ್ನೆಯ ಚೆಲುವೆ

    ಹೂವ ಅರಳಿಮರ ತುಂಬಿ

    ನನ್ನ ಭಾವನೆಗಳ ಮನೆ ತುಂಬಿ

    ಕೆಂಪು ಚಾವಣಿಯಾದೆ ಮರಕೆ

    ನನ್ನ ಕನಸ್ಸುಗಳ ಅರಕೆ

ಹಬ್ಬದಿ ಎತ್ತುಕರುಗಳ ಹೆಗಲೇರಿ

ಗಂಟೆ ಸದ್ದಿನ ಸಪ್ಪಳಕೆ ನೀ ಅರಳಿ

ಬಸವನ ದಿಬ್ಬಣ ನಡೆವಾಗ

ದಾರಿಯಲಿ ನೋಡುಗರ ಮನ

ಸೆಳೆದ ಗುಲ್ಮೊಹರದ ಹೂವೆ

ಕೆಂಪು ಕೆನ್ನೆಯ ಕೆಂದುಟಿಯ ಚೆಲುವೆ

    ಮೊಗ್ಗ ಅರಳಿ ನೆಲದಲ್ಲಿ ನಗುವಾಗ

    ಕೆಂಪು ಗಂಬಳ ಹಾಸಿದಂತೆ ಕಂಡಿತು

    ನಾನೋಡಿ ದಾರಿಯಲಿ ನಡೆವಾಗ

    ಮನವು ಕರಗಿತು ಒಲವು ತುಂಬಿತು.

43. ನಸೀಬು ಕಾರಬು

ವಿದ್ಯುತ್ಸ್ಪರ್ಶಕೆ

ಹತ್ತಿಹುದು ಬೆಂಕಿ

ಚಾಚಿಹುದು ನಾಲಗೆಯ

ಸುಡುತಿಹುದು ಗಿಡಮರಗಳ

ಉರಿಯುತಿಹುದು ಬೆಂಕಿ ಚಟ ಚಟನೆ

ಹಾರುತಿಹುದು ಗಾಳಿಯೊಡನೆ ಭರಭರನೇ

ಗಿಡಮರ ಬಳ್ಳಿ ವನ್ಯ ಜೀವಿಗಳ ರೋಧನೆ

ವೇದನೆ ನೋವ ಇನ್ನು ಬರಿಸನೆ

ಬೇಡುತಿಹವು ಜೀವಿಗಳು

ಬದುಕು ನನಗೆ ಬೇಕು

ಬೆಂಕಿ ನಂದಿದರೆ ಸಾಕು

ತಡೆಯುವರು ಯಾರು

ಕೆಂಪನೆಯ ಕೆಂಡ

ಹರಿಸಿಹುದು ಪ್ರಾಣಿಗಳ

ಸುಟ್ಟ ನೆತ್ತರ ಮುಂಡ

ಭಾವನೆಗಳಚಿತ್ತಾರ

ಬದುಕುಳಿ ದಮರಗಳು
ರೋದಿಸಿಹವು ನೋವಲ್ಲಿ
ಸುಟ್ಟಸಣ್ಣ ಹುಳುಗಳು
ಸಾವಿನ ವ್ಯಥೆಯಲ್ಲಿ

ನೆಲವೆಲ್ಲಕಪ್ಪ ಮೈದಾನ
ಮನ ಕಲಕಿತು ಯಾಕೋ
ತನು ಮರುಗಿತು ಸಾಕೋ

ಜೀವಬಯದಿ ಹಸಿರು
ಹಾಯಿತು ಮೈ ಬಾಚಿಬೂದಿ
ಕಣ್ಣಬಿಟ್ಟು ನೋಡುವುದರೊಳಗೆ
ಜೀವಹಾಯಿತು ನೆಲಸಾಮಾಧಿ

ಸುಟ್ಟ ಬೆಂಕಿಗೆ ಕೆಟ್ಟಿದೆ
ಭೂ ತಾಯಿಯ ನಸೀಬು
ಯಾರು ನೀಡುವರು
ಹತ್ತಿಹ ಬೆಂಕಿಗೆ ಜಾವಬು
ಒಮ್ಮೆ ನೋಡಿ ಏಳೋ ನಾವಬು
ಯಾಕೋ ಏನೋ ನಸೀಬು ಬಲು ಕಾರಬು.

44. ಸೀರೆಯಸೆಳೆವು

ಹೇಳುವೆ ನಾನು ಒಂದು ಕಥೆಯ

ಮಹಾಭಾರತ ನಡೆದ ಒಂದು ವ್ಯಥೆಯ

ಅಣ್ಣತಮ್ಮಂದಿರ ನಡುವೆ ಜಗಳ

ಶಕುನಿ ಶುರು ಮಾಡಿದ ದಾಯಾದಾಟದ ಗಾಳ

ಪಾಂಡವರು ಸೋತರು ಪಗಡೆಯಾಟದಿ ರಾಜ್ಯವ

ನೋಡಿ ಕೌರವರ ಗೆಲುವಿನ ಸಾಮ್ರಾಜ್ಯವ

ಭೂಮಿಯ ಮೇಲೆ ಕೌರವರ ಸಂಭ್ರಮ

ದೃತ್ತಿಗೆಟ್ಟು ಕುಳಿತಃ ಪಾಂಡವರ ಭ್ರಮ

ಸೋತ ಖುಷಿಯಲಿ ದುಯೋರ್‍ದನ ಪಾಂಚಾಲಿಯ ಕರೆಯಲು

ಪಾಂಚಾಲಿಯು ಬರಲು ಒಲ್ಲೆ ಎನ್ನಲೂ

ಸಭೆಗೆ ಕರೆಸಿ ದುಯೋರ್‍ಧನ ಸೀರೆಯ ಸೆಳೆಯಲು

ದ್ರೌಪದಿಯು ಬೇಡಿದಳು ಕೃಷ್ಣ ನನ್ನ

ಕಾಪಾಡು ಕೃಷ್ಣನನ್ನ ಮಾನವನ್ನ

ಕೃಷ್ಣನು ಕೊಟ್ಟ ಸೀರೆಯು ಕಾಪಾಡಿತು ದ್ರೌಪದಿಯ ಮಾನವನ್ನ

ಸಿಟ್ಟಿಗೆದ್ದ ಪಾಂಡವರು ಸಾರಿದರು ಯುದ್ಧವನ್ನ

ಯುದ್ಧದಿ ದುಯೋರ್‍ಧನನ ಸೋಲಿಸುವರುಂಟೆ

ಭೀಮನ ಶಕ್ತಿ ಸಾವಾಲೆಸೆಯುವುದುಂಟೆ

ಹೋರಾಟದಿ ಬಿದ್ದನು ಭೀಮನು ನೆಲಕೆ

ದುಯೋರ್‍ಧನ ಹೊಡೆದ ಗದೆಯಾ ಬಲಕೆ

ಕೃಷ್ಣನು ತೋರಿದ ತೊಡೆಯನ್ನ

ಅರಿತ ಭೀಮನು ದುಯೋೕದನನ ಸೆಳೆವನ್ನ

ಭೀಮನು ಸೀಳಿದದು ಯೋೕದನನಾ ತೊಡೆಯನ್ನ

ಶಕುನಿ ಮಿಟಿದ ಪಗಡೇಯಾಟ

ಕೌರವ ಪಾಂಡವರ ನಡುವೆ ಯುದ್ಧದ ಆಟ

ತೆಗೆಯಿತು ಕೌರವರ ಜೀವನವ

ತೋರಿತು ಕೃಷ್ಣನ ಚಾಣಕ್ಷತನವ.

45. ಮುದ್ದು ಗಿಣಿ

ಮುದ್ದಾದ ಹುಡುಗಿ
ನೀ ತುಂಬಾ ಬೆಡಗಿ
ನಾ ಹಾಗೆ ಕರಗಿ
ನೀರಾದೆ ಮರುಗಿ

    ಹೃದಯದ ಬಡಿತ
    ಮನಸಿನ ಮಿಡಿತ
    ಒಲವಿನ ಸೆಳೆತ
    ಸಿಲುಕಿ ಹಾಗೇ ಕರಗುತಾ

ಒಲವ ಚಡಪಡಿಕೆ
ಕನಸುಗಳ ಮರೀಚಿಕೆ
ನಿನಗಾಗಿ ತಡಪಡಿಕೆ
ಸೇರಲು ಕನವರಿಕೆ

    ಪ್ರೀತಿ ಸುಳಿಯಲಿ ಸಿಲುಕಿ
    ನಿನ್ನನ್ನು ಹುಡುಕಿ
    ಕನಸುಗಳ ಕೆದಕಿ
    ಹೊರ ಬಂತು ಸಡಗರ

ಮುದ್ದಾದ ನಿನಗೆ

ನೋಟ ಸಾಕೆನಗೆ

ಪ್ರೀತಿ ಅಪ್ಪುಗೆ

ಬಯಸಿದೆ ಬೆಸುಗೆ

    ಬಳಿ ಬಾರೆ ಒಲವೇ

    ಬಯಸಿದೆ ಮನವು

    ನೀನೆ ನನ್ನ ಒಲವು.

46. ಜೀವನದಲ್ಲೇನಿದೆ ಗಮ್ಮತ್ತು

ಹುಟ್ಟಿದಾಗ ಅಮ್ಮ ಅತ್ತಳು
ಮುದ್ದು ಕಂದನ ಹೆತ್ತಳು
ಜೀವನದ ನೋಗವ ಹಿಡಿದ ಅಪ್ಪ
ಹೆಗಲು ಕೊಟ್ಟ ನೀ ಕೂರಲು

    ಬೆಳೆದು ಬೆಳೆದು
    ನೀ ಶಾಲೆ ಸೇರಿದೆ
    ನಿನ್ನ ಸಾಕಾಲು ಅಪ್ಪ
    ಸುಟ್ಟ ಜೀವನವ
    ದುಡಿದ ಕಂತೆ ಕಂತೆ ಹಣವ
    ನೀನು ಬೆಳೆಯಲು

ಅಮ್ಮ ಅನ್ನ ಬೇಯಿಸಿ
ನಿನ್ನ ಸಾಕಿ ಸಾಲುವಿದಳು
ಮುಗಿಸಿದೆ ನೀನು ಕಾಲೇಜನು
ಕಾಣದೆ ನಲಿದೆ ಬದುಕಿನ ಮೋಜನು

    ಉದ್ಯೋಗ ಹುಡುಕಿ
    ಮದುವೆಯಾದ ಮುದ್ದು ಹುಡುಗಿಯ
    ಕಾಲ ಎಷ್ಟು ಬೇಗ ಕಳೆಯಿತು
    ತಿಳಿಯಲಿಲ್ಲ

ಜೀವನದ ಗುಟ್ಟು ತಿಳಿಯುವುದೊರಳಗೆ

ನಿನ್ನ ಕಂದ ಬೆಳೆದನಲ್ಲ

ತಂದೆ ತಾಯಿಗೆ ವಯಸ್ಸಾಯಿತ್ತು

ರೋಗಗಳು ಶುರುವಾಯ್ತು

ಸಾಕಲಾರದೆ ನೀನು

ತಂದೆ ತಾಯಿಪ್ರಾಣ ಹಿಂಡಿದೆ

ಹಾಗೆ ಹೀಗೆ ಕಾಲಹುರುಳಿತು

ಅಪ್ಪ ಅಮ್ಮಸತ್ತರು

ಫೋಟೋ ಕೊಂದು ಹಾರ

ಗೋಡೆಗೆ ನೇತು ಹಾಕಿದ ದಾರ

ಯೋಚನೆ ಮಾಡಿದಾಗ

ಖುಷಿಯ ಕ್ಷಣವೂ

ಮನಸ್ಸಿಗೆ ಬಂತು

ನೋವಿನ ಕ್ಷಣವೂ

ಮನಸ್ಸನು ತಿಂತು

ಮತ್ತೇನಿದೆ ಜೀವನದಲ್ಲಿ

ಮಣ್ಣಾಗ ಬೇಕು ಆರು

ಮೂರಡಿ ಗುಂಡಿಯಲ್ಲಿ

ಕೊನೆಗೆ ನೆನೆದಾಗ ಅನಿಸಿತು

ಜೀವನದಲ್ಲೇನಿದೆ ಗಮ್ಮತ್ತು

ಇದುವೇನಾ ಮನುಜ ನಿನ್ನ ಕಿಮ್ಮತ್ತು.

47. ಬಣ್ಣಿಸಲಿ ಹೇಗೆ

ಪದಗಳಲಿ ಹೇಗೆ ಕಟ್ಟಿ
ಕೊಡಲಿ ನಿನ್ನ ಚೆಲುವ
ಬಣ್ಣದ ಕುಂಚದಲ್ಲಿ ಹೇಗೆ
ಚಿತ್ರಿಸಲಿ ನಿನ್ನ ಬಿಂಭವ

ನಾ ಹೇಗೆ ಸೆರೆಯಿಡಿಯಲಿ
ಬಳುಕುವ ನಡುವ
ನಾ ಹೇಗೆ ಬಣ್ಣಿಸಲಿ ನನ್ನ
ಮುದ್ದು ಒಲವ

ಸೃಷ್ಟಿಸಿದ ಬ್ರಹ್ಮ ಮ್ಯಾಜಿಕ್
ಪಡ್ಡೆ ಹುಡುಗರ ಟಾನಿಕ್
ನೋಡಲಿಲ್ಲ ಅಂದ್ರೆ ಪೆನಿಕ್
ಮುಟ್ಟಿದರೆ ಹಾಗೇ ಶಾಕ್
ನಿನ್ನಂಡ್ರೆ ಏಕೋ ಫುಲ ಕಿಕ್

ಕಣ್ಣ ನೋಟ

ಹೈವೋಲ್ಟೇಜ್ಬ್ಯಾಟರಿ

ನಕ್ಕಾಗನೀನು
ಹೊಡೆದಂಗಾಯಿತು ಲಾಟರಿ

ಹುಡುಗಿನಾ ಹೇಗೆ
ಬರೆಯಲಿ ಕವನ
ನಿನ್ನ ನೋಡಿ ಏಕೋ
ಹಾಗುತ್ತಿಲ್ಲ ಪದಗಳ ಜನನ.

48. ನೋವಾಗಿದೆ ಮನಸ್ಸೊಳಗೆ

ತನನನ್ನನನರೇ.... ತನನನ್ನನನರೇ.....

ತನನನ್ನನನರೇ...ತನನನನ್ನನರೇ

ನೋವಾಗಿದೆ ಮನಸ್ಸೊಳಗೆ   ....   ದುಮ್ಮಿಕ್ಕಿದೆ

(ಕಣ್ಣೀರ್ಬಳಗೊಳಗೇ)

ನೀ ಆಡೋ ತುಂಟಾಟವೆಲ್ಲಾ

ನನ್ನ ನೆನಪಿಗೆ ಬಂದ ಹಾಗೆ

ನೀ ಓಡಿ ಹೋಗುವಾಗ

ನನ್ನ ಎದೆ ಬಡಿತ ನಿಂತ ಹಾಗೆ

ನೀನ ಎಂಥ ಮೋಸಗಾತಿಯೇ..... ಹೇ

ನೋವಾಗಿದೆ ಮನಸ್ಸೊಳಗೆ ದುಮ್ಮಿಕ್ಕಿದೆ (ಕಣ್ಣೀರ್ಬಳಗೊಳಗೇ)

ಈಗ ಈಗ ಏಕೋ ಏನೋ ನನ್ನನ್ನು ನೀ ಕೊಂಧಹಾಗೆ

ದೇವದಾಸ ಹಾಗೋದೆ ನಾನು......

ನಶೆಯಲ್ಲಿ ತೇಲೋದೆ   ನೀ ನಗುವಾಗ...

ನೀ ಬಂದು ಕರೆದಾಗ ಕಳೆದೋದೆ ನಾನ ಆಗ.

ನೀ ಕಣ್ಣ ಒಡೆದಾಗ ..... ಹಾ..... ಹಾ..... ಮರೆತೋದೆ ನಾನ ಆಗ.

ನೋವಾಗಿದೆ ಮನಸ್ಸೊಳಗೆ ದುಮ್ಮಿಕ್ಕಿದೆ (ಕಣ್ಣೀರ್ಬಳಗೊಳಗೇ)

ನೀ ಆಡೋ ತುಂಟಾಟವೆಲ್ಲಾ

ನನ್ನ ನೆನಪಿಗೆ ಬಂದ ಹಾಗೆ

ನೀ ಓಡಿ ಹೋಗುವಾಗ

ನನ್ನ ಎದೆ ಬಡಿತ ನಿಂತ ಹಾಗೆ

ನೀನ ಎಂಥ ಮೋಸಗಾತಿಯೇ..... ಹೇ

ನೋವಾಗಿದೆ ಮನಸ್ಸೊಳಗೆ ದುಮ್ಮಿಕ್ಕಿದೆ (ಕಣ್ಣೀರ್ಬಳಗೊಳಗೆ)

ತನನನ್ನನನರೇ.... ತನನನ್ನನನರೇ.....

ತನನನ್ನನನರೇ...ತನನನನ್ನನರೇ... ಹೇ...... ಹೇ......

49. ಮನಸ್ಸೆಲ್ಲ ಚೂರಾಗಿದೆ

ಮನಸ್ಸೆಲ್ಲಾ ನೋವೆಲ್ಲಾ
     ಯಾಕಾಗಿದೆ.
ಒಲವೇಕೋ ಬರುತ್ತಿಲ್ಲ
     ಏನಾಗಿದೆ.
ನೋವಿಂದಲೇ ಕಥೆಯೊಂದು.... ಶುರುವಾಗಿದೆ
ಕಂಡ ಕನಸುಗಳ ಸಾವಗಿದೆ, ಮನಸ್ಸೆಲ್ಲಾ ಚೂರಾಗಿದೆ,
ಕಂಡಕ ನಸುಗಳ ಸಾವಾಗಿದೆ, ಮನಸ್ಸೆಲ್ಲಾ ಚೂರಾಗಿದೆ.
ಪ್ರೀತಿ ಬೆಸುಗೆಯೂ ಹೃದಯಕ ದಿದಿದೆ......... ಏಕೇನೋ
ರಕ್ತ ಸುರಿದಿದೆ ಮನಸ್ಸು ಮುರಿದಿದೆ   ದೂರವಾಗಲೂ   ......
ಬೇಕೇನೋ
ನೂರು ಮಾತುಗಳ ಮುರಿದು ಎಲ್ಲೇ ದಾಟಿದೆ... ಒಲವೇಕೋ
ನೋವಿಂದಲೇ ಕಥೆಯೊಂದು ಶುರುವಾಗಿದೆ
ಕಂಡ ಕನಸುಗಳ ಸಾವಗಿದೆ, ಮನಸ್ಸೆಲ್ಲಾ ಚೂರಾಗಿದೆ,
ಕಂಡಕ ನಸುಗಳ ಸಾವಾಗಿದೆ, ಮನಸ್ಸೆಲ್ಲಾ ಚೂರಾಗಿದೆ
ನಾಲ್ಕು ಖುತುಗಳು ಸೋತು ನಿಂತಿವೆ ಒಲವ ಸೇರಿಸಲು   ....
ಮುಂದೇನೋ
ತುಳಿದ ಸಪ್ತಪದಿ ಗಟ್ಟಿಮೇಳುವು ಮೂರುಗಂಟು ಕೀಳುತಿದೆ   ...
 ಯಾಕೇನೋ
ಒಲವ ಜಾತ್ರೆಗೆ ಬಂದ ದೇವರು ಸುಮ್ಮನಾಗಿಹನು   ....
ಇನ್ನೇನೋ
ನೋವಿಂದಲೇ ಕಥೆಯೊಂದು ಶುರುವಾಗಿದ
ಕಂಡ ಕನಸುಗಳ ಸಾವಾಗಿದೆ, ಮನಸ್ಸೆಲ್ಲಾ ಚೂರಾಗಿದೆ,
ಕಂಡ ಕನಸುಗಳ ಸಾವಾಗಿದೆ, ಮನಸ್ಸೆಲ್ಲಾ ಚೂರಾಗಿದೆ

ಮನಸ್ಸೇಲ್ಲಾ ನೋವೆಲ್ಲಾ
        ಯಾಕಾಗಿದೆ
ಒಲವೇಕೋ ಬರುತ್ತಿಲ್ಲ
        ಏನಾಗಿದೆ
ನೋವಿಂದಲೇ ಕಥೆಯೊಂದು.... ಶುರುವಾಗಿದೆ
ಕಂಡ ಕನಸುಗಳ ಸಾವಾಗಿದೆ, ಮನಸ್ಸೇಲ್ಲಾ ಚೂರಾಗಿದೆ,
ಕಂಡ ಕನಸುಗಳ ಸಾವಾಗಿದೆ, ಮನಸ್ಸೇಲ್ಲಾ ಚೂರಾಗಿದೆ.

50. ನಗುವ ಬಾಲ್ಯ

ನಾನು ಸೇರಿದ ಶಿಶು ವಿಹಾರ

ಆಟದನವಿರ ಬುದ್ಧಿಕೇಂದ್ರ

ಆಡಿದೆ ಆಟ ಅಂಗನವಾಡಿಲಿ

ಕುದೆರೆ ಹೇರಿ ಕುಣಿದು

ಟೀಚರಮ್ಮ ಹೇಳಿಕೊಟ್ಟು

ಅ, ಆ. ಈಇ..........

1,2,3,4

ಹನ್ನೆರಡು ಆದ್ರೆ ಊಟ ಅಜ್ಜಿಕೊಟ್ಟ ಸಿಹಿಪಾಯಿಸ.. ಸವಿದು

ಸವಿದು ತಿಂದು

ಹಿಟ್ಟಿನುಂಡೆ ಕರೆಯಿತು ಕೈಬಿಸಿ

ಹೊರೆಟೆವು ನಾವು ಮನೆಗೆ.....

ಕಾಲ ಕಳೆದು.....

ದಿನಗಳದ ಮೇಲೆ ಅಪ್ಪ ಸೇರಿಸಿದರು ಶಾಲೆಗೆ

ಕಿವಿಯ ಮುಟ್ಟಿ ನೋಡಿ ನನ್ನ

ವಯಸ್ಸು ತಿಳಿದು

ಕೂರಲು ಹೇಳಿದರು ಒಂದನೇ

ತರಗತಿಗೆ

ಶುರುವಾಯ್ತು ಶಿಕ್ಷಣ

ಹೇಳಿಕೊಟ್ಟು ಕನ್ನಡ ಮೇಸ್ಟ್ರು ಕವನ

ಧರಣಿಮಂಡಲ ಮಧ್ಯದೊಳಗೆ

ಕಲಿತು ಕುಣಿದು ನಾವೂ

ಹಾರಿಸಿದೆವು ಗಾಳಿಪಟ, ಕುಂಟೆಪಿಲ್ಲೆಆಡಿ

ಅಡಿಗೆಗುಡಿಗೆ ಆಟವಾಡಿ

ಮನೆಗೆ ಬಂದು ಪಾಠ ಓದಿ

ಅವ್ವ ಸುಟ್ಟ ಬೆಣ್ಣೆ ರೊಟ್ಟಿ

ಕೆಂಪುಚಟ್ನಿ ಎಷ್ಟು ರುಚಿಯು ಆ ದಿನ

ಎಲ್ಲಿ ಹೋಯ್ತು ಆ ದಿನ ಬೂಸ್ಟ್ಕುಡಿದು ಆ ಕ್ಷಣ

ಕಾಲ ಕಳೆದು ನೆನೆಪ ಸವಿದು

ಶುರುವಾದ ಶಿಕ್ಷಣ.

51. ನನ್ನವಳು

ಬೆಳದಿಂಗಳ ಬೆಳಕಿನಲಿ

ಚೆಲುವೊಂದ ಕಂಡೆ

ನಸು ನಗುವ ಮುದ್ದಾದ

ನಕ್ಷತ್ರದ ಗೂಡಲ್ಲಿ

ಹೊಳೆಯುವ ಚಂದ್ರನ ಕಂಡೆ

ಬಿಳಿ ಹಾಲನಂತೆ ಮೋಡದ ಮರೆಯಲಿ

ಚಲಿಸುವ ಚಂದ್ರನ ಬಿಂಬದಿ

ನನ್ನಯ ಹುಡುಗಿಯ

ಚೆಲುವ ಕಂಡೆ

ಮರೆಯಾಗ ಮುನ್ನ

ಸೆರೆ ಹಿಡಿದು

ಬೆಳಕು ಕೊನೆಯಾಗೋ

ಒಲವ ಪಡೆದು

ನಕ್ಷತ್ರದ ಊರಲ್ಲಿ ಅವಳ ತೇರು

ಸೀರಿಯಲ್ಸ್ ಟ್ಬಿಳಕಲ್ಲಿ

ನನ್ನವಳ ಮುದ್ದು ನಗುವು ಜೋರು

ಬಳುಕಾಡೊ ಬಳ್ಳಿ ನನ್ನವಳು

ನುಲಿಯುತಿರುವ

ಅವಳ ನೋಡಿರಲು

ಕಣ್ಣ ಹೊಡೆದು ಉಲ್ಕೆ ಬಿದ್ದಂತೆ

ಹುಣ್ಣಿಮೆಯ ಚಂದ್ರನಾಚಿ ನಕ್ಕಂತೆ

ಮರೆಯಾದ ಬದುಕಿಗೆ

ಬೆಳಕು ತಂದವಳು

ಬೆರಗಾಗೋ ಚೆಂದದ

ಸೊಬಗು ನನ್ನವಳು

ಹುಣಿಮ್ಮೆಯ ಬೆಳದಿಂಗಳು.

52. ಒಲವಿನ ಗಿಣಿ

ನನ್ನ ಬದುಕು ಬರಿದಾಯ್ತು

ನಿನ್ನ ನಗುವಿಗೆ

ಮನಸು ಸೋತೋಯ್ತು

ನಿನ್ನ ಕನಸಿಗೆ

ಪ್ರೀತಿ ಪಂಜರದಿ ನಾನು ಬಂದಿ ಗಿಣಿ

ನೀನೆ ನನ್ನ ಹೃದಯದ ಯುವರಾಣಿ

ರೆಕ್ಕ ಬಿಚ್ಚಿ ಹೇಗೆ ಹಾರಲಿ

ನಿನ್ನ ಒಲವ ದೋಚಿ

ಬಿಡಿಸು ನನ್ನ ಪಂಜರದಿ

ನಿನ್ನ ಒಲವ ಚಾಚಿ

ನಿಂತಲ್ಲೇ ಸೆಳೆವ ನಿನ್ನ ಚೆಲುವು

ಸುಮ್ಮನೆ ನನ್ನ ಕಾಡಿದೆ

ಸೆರೆ ಹಿಡಿಯುವ ಬಯಕೆ

ಮನದಲ್ಲಿ ಮನೆ ಮಾಡಿದೆ

ಬಾರೆ ಬಳಿ ಚೆಲುವೆ

ನನ್ನ ಪ್ರೀತಿ ನಗುವೇ

ಮನದಾಸೆಗೆ ಏಕೋ ಬರವೇ

ನೋಡಿ ನಿನ್ನ ಮಿಡಿದಿದೆ

ನೂರೆಂಟು ಬಯಕೆ

ನಿನ್ನ ಹೊತ್ತು ಜಿಗಿಯುವ ಆಸೆ ನಭಕೆ

ಜೀವನದಿ ಸಕಿಯಾಗು

ನನ್ನ ಬಾಳ ಬೆಳಕಾಗು

ಮನ ತುಂಬಿ ಬಂದ

ಕನಸಿಗೆ ಜೊತೆಯಾಗು

ಜೀವನದಿ ಮುದ್ದು ಗಿಣಿಯಾಗು

53. ಕನ್ನಡಿ

ನಿನ್ನ ರೂಪ ನನ್ನಲ್ಲಿ
ಸೆರೆಯಾಯ್ತು ನನ್ನ ಕಣ್ಣಲಿ
ಕೆನ್ನೆಯಿಕೋ ಕೆಂಪು
ಮುತ್ತು ಇಟ್ಟರೆ ತಂಪು

    ನೋಡಲು ನಿನ್ನ ಅಂದ
    ಕಣ್ಣ ಸಾಲದು ಪ್ರೀತಿ ಬಂದ
    ನೋಡುತ ನಿನ್ನನೇ
    ಮರೆತೇನಾ ನನ್ನನ್ನೇ

ನೋಡಬೇಕು ನೀನು ನನ್ನ
ಕ್ಷಣ ಮರೆತು ಹಾಗೆ ನಿನ್ನ
ಮಧುರ ಮಾತು ಎಷ್ಟು ಚೆನ್ನಾ
ನೀನು ನಿನಗೆ ಅಪ್ಪಟ ಚಿನ್ನ

    ಮುಚ್ಚು ಮರೆಯಿಲ್ಲ ನನಗೆ
    ನಾನೆ ಬೇಕು ನಿನಗೆ
    ಮಧುರ ಕ್ಷಣದ ಬೆಸುಗೆ
    ನೀನೇ ಒಲವು ಕೊನೆಗೆ

ಬೆತ್ತಲೆಯಾಗೋ ದೇಹ

ಉಸಿರ ಏರಿಳಿತದ ಮೋಹ

ಯಾಕೋ ಕನಸಿನ ದಾಹ

ಮತ್ತೆ ನೋಡಬೇಕುನಿನ್ನನೇ

ಎದರು ಬಂದು ನಿಲ್ಲು ಸುಮ್ಮನೆ

ನನ್ನ ನಾ ಪ್ರೀತಿ ಮಾಡಿ

ಮನಸ್ಸು ಎತ್ತಿನಗಾಡಿ

ಪ್ರತಿಬಿಂಬ ನನ್ನನೇ ಬೇಡಿ

ಮಾಡಿದೆ ಏಕೋ ಮೋಡಿ

ನಿನ್ನ ಪೀತಿಸುವ ನನ್ನಯ ಹೆಸರೇ ಕನ್ನಡಿ.

54. ಕರೋನ

ಯಾರು ಹೆತ್ತರು ನಿನ್ನ
ಕಾಡುತಿರುವೆ ಇನ್ನ
ದೇಹ ಹೋಕ್ಕಿ
ಮಾಡುತ್ತಿರುವೆ ನರ್ತನ
ಯುವರ್ ನಟೋರಿಯಸ್ ಕರೋನ

ವಯಸ್ಸ ಎಲ್ಲೇ ಮೀರಿ
ನಡಿದಿದೆ ನಿನ್ನ ನಗಾರಿ
ಜೀವದ ಮೇಲೆ ಸವಾರಿ
ರುದ್ರ ನರ್ತನ ತೋರಿ
ನೀನು ಅದೇ ಮಾರಿ
ಯುವರ್ ನಟೋರಿಯಸ್ ಕರೋನ

ಸಾವು ನೋವು ಸೂರೆ ಮಾಡಿ
ಹೆಣದ ದೇಹ ಹೋತ್ತು ಒಯ್ಯುವರಿಲ್ಲ
ಮನುಷ್ಯನ ಜೀವಕೆ ಬೆಲೆಯೇ ಇಲ್ಲ
ಕಷ್ಟವೆಕೋ ಕಾಡಿದೆಯೇಲ್ಲಾ
ಯುವರ್ ನಟೋರಿಯಸ್ ಕರೋನ

ಪ್ರೀತಿ ಮನವ ಕಿತ್ತು ಹೋದೆ

ಬೆಂಕಿಯಲ್ಲಿ ಸುಟ್ಟು ಹೋದೆ

ಮಣ್ಣಿನಲ್ಲಿ ಅವಿತು ಹೋದೆ

ಗಾಳಿಯಲ್ಲಿ ತೇಲಿ ಹೋದೆ

ಐ ಹೇಟ್ ಯು ಕರೋನ

ಕಟ್ಟಿದ ಬದುಕು ಚೂರಾಯ್ತು

ಮನಸ್ಸು ಏಕೋ ಮಸಣವಾಯ್ತು

ವೈದ್ಯರೆ ನಿಜ ದೇವರಾಯ್ತು

ಜೀವನವೇ ಬೇಸರವಾಯ್ತು

ಯು ಕಿಲ್ಲಡ್ ಲೈಫ್ ಕರೋನ..,..... ಕರೋನ

55. ಶಿವ ಶಿವ

ಕನಸಿನಲ್ಲಿ ಶಿವನ ಕಂಡೆ
ಹಿಡಿ ದಢಮರುಗವ ಕಂಡೆ
ಮುಡಿಯಲ್ಲಿ ಚಂದಿರ
ನೋಡಲೆಷ್ಟು ಸುಂದರ
ನೀನೆ ತಾನೇ ಪರಶಿವ

    ಹರಿವ ನೀರು ನೆತ್ತಿಯಲ್ಲಿ
    ಜಾರಿದಾಗೆ ಗಂಗೆಯೂ
    ತೆರೆದ ಮನದತುಂಗೆಯೂ
    ಕೈಯಲ್ಲಿ ಹಿಡಿದ ತ್ರಿಶೂಲಾ
    ನೀನೆ ತಾನೇ ಶಿವಶಿವ

ಕೊರಳಿನಲ್ಲಿ ಸರ್ಪಸುತ್ತಿ
ವಿಷದ ಹಾಲ ಹಲವಾ
ಕುಡಿದ ನೀನೆ ವಿಷಕಂಠ
ಧರೆಗೆ ಇಳಿದ ಶ್ರೀಕಂಠ

    ಮೂರು ಕಣ್ಣು ಏಕೆ ನಿನಗೆ
    ಮುಕ್ಕೋಟಿ ಹೆಸರುನಿನಗೆ
    ಸಿಟ್ಟಿನಲ್ಲಿ ಒಮ್ಮೆ ಸುಟ್ಟರೆ
    ಭೂಮಂಡಲವೇ ಅಗ್ನಿದರೆ
    ಏಳುವೆ ನಾನು ಶಿವ ಶಿವ
    ಕಾಪಾಡು ನನ್ನ ಪರಶಿವ

ಪಾರ್ವತಿಯ ಪಕ್ಕದಲ್ಲಿ
ನೀನು ಕುಂತೆ ಸ್ವರ್ಗದಲ್ಲಿ
ಸೊಂಡಿಲ ಗಣಪ ಕಂಡ
ಷಣ್ಮುಖ ಊರಸುತ್ತಿ ಬಂದ
ನೀನೆ ತಾನೇ ಮಂಜುನಾಥ
ಕಾಶಿಯಲ್ಲಿ ವಿಶ್ವನಾಥ
ಬಜಿಸುವೆವು ನಿನ್ನ ಕೇದಾರನಾಥ
ಜೈ, ಭಮ್ ಭಮ್ ಭೋಲೆನಾಥ

ನಿನ್ನ ಹೆಸರು ಸಿದ್ದಲಿಂಗ

ಪೂಜಿಸುವರು ಇಷ್ಟಲಿಂಗ

ಎಲ್ಲಾ ಕೊಡುವ ದೇವರೇ

ಕೊಡು ನೀನು ಸುಖದರೆ

ನೀನೇತಾನೇ ಬ್ರಹ್ಮಲಿಂಗ

ನನ್ನ ಕೊರಳ ಆತ್ಮಲಿಂಗ

ಹರ ಹರ ಮಹಾದೇವ

ಭಜಿಸುವೆವು ನಿನ್ನಶಿವ ಶಿವ.

56. ಯುದ್ಧ ಯುದ್ಧ

ಯುದ್ಧ ಯುದ್ಧ
ಗೆದ್ದ ಗೆದ್ದ
ದೇಶ ದೇಶಗಳ
ನಡುವೆ ಯುದ್ಧ
ಎತಕ್ಕಾಗಿ ರಣರಂಗ
ನಡೆಯುತ್ತಿದೆ ಚದುರಂಗ

       ಗುಂಡು ಕ್ಷಿಪಣಿಗಳ
       ನಡುವೆ ಕಾಳಗ
       ಆಕ್ರಮಿಸಲು ಹೊರಟು
       ನರಮೇದವು ನಡೆಯುತ್ತಿದೆ
       ಸೈನಿಕರ ಹತ್ಯೆಹಾಗುತ್ತಿದೆ
       ವಿದೇಶ ಜನರ ತೆರವು
       ಕಾರ್ಯ ನಡೆಯುತ್ತಿದೆ

ಯಾರು ಗೆದ್ದರೆ ಏನು
ಯಾರು ಸೋತರೆಏನು
ಹೋದ ಜೀವಕೆ ಬೆಲೆಎಲ್ಲಿ
ಮಾನವೀಯತೆಯ ನೆಲೆ ಎಲ್ಲಿ

ಏತಕಾಗಿ ಈ ಯುದ್ಧ

ಉಕ್ರೈನ್ ಗೆಲ್ಲಲು

ರಷ್ಯಾ ಶತ ಸಿದ್ಧ

ನಾಟೋಪಡೆಯ

ಮುಸಿಕಿನ ಯುದ್ಧ

ದೇಶಗಳು ಉಕ್ರೈನ್

ಬೆಂಬಲಿಸಿರಲು

ರಷ್ಯಾ ನಿಲ್ಲಿಸಿತೇ ಕಾಳಗ

ಎತಕ್ಕಾಗಿ ಯುದ್ಧದ ಒಲಗ

ಹುಂಬ ರಾಜಕಾರಣಿಗಳ

ಜಂಬ ಜಗಳಕೆ

ಮುಗ್ಧಜೀವಗಳ ಬಲಿಸರಿಯೇ

ಯಾರು ಏಳಬೇಕು ಬುದ್ಧಿ

ಯುದ್ಧಬೇಡ ಎಂದು ತಿದ್ದಿ

ನೆಲವನು ರಕ್ತದಲ್ಲಿ ಎದ್ದಿ

ಮಾಡುವರು ಮಸಣದಿ ಶುದ್ಧಿ

ದೇಶ ಕಾಣುತಿದೆ ಘೋರಿ

ರಸ್ತೆ ರಸ್ತೆಗಳು ಕಟ್ಟಡಗಳು

ಹೊತ್ತಿ ಹುರಿದ ಕಾರುಗಳು ಹೇಳಿವೆ

ಕ್ಷಿಪಣಿಗಳು ಬಾಂಬ್‍ಗಳು ಹಾಕಿದ ಚೂರಿ

ಮೂರನೇ ಮಹಾಯುದ್ಧ

ಶುರುವಾಗುವುದೇ

ಅಣುಬಾಂಬ್‌ಗಳ ಅಟ್ಟಹಾಸ

ಮೇರೆಯುವುದೆ

ಮತ್ತೊಮ್ಮೆ ನರಕಸದೃಷವಾಗುವುದೇ

ನೆಲೆಸಲಿ ಬೇಗಶಾಂತಿ

ಮುಗಿಯಲಿ ಯುದ್ಧಭೀತಿ

ಬೆಳಗಲಿ ಹಸಿರುಕ್ರಾಂತಿ

ಕಿತ್ತೊಗಲಿ ಮನಸುಗಳ ಬ್ರಾಂತಿ

ಪಟಿಸಲಿ ಓಂ ಶಾಂತಿ ಶಾಂತಿ.

57. ಬಾಳು ಚದುರಂಗ

ನಿನ್ನ ಎದೆಯ ಗೂಡಿನಲಿ

ನನಗೊಂದು ಜಾಗಕೊಡುವೆಯ

ನನ್ನ ಕನಸ ಸವಿ ಪ್ರೀತಿಗೆ

ಮುದ್ದಾದ ಹೆಸರನಿಡುವೆಯ

ನನ್ನ ಒಲವಿಗೆ ನಿನ್ನ ಸವಿ

ಮನಸು ನೀಡುವೆಯ

ಯಾರನು ಬಯಸದ ಮನಸ್ಸು

ಏಕೋ ನೀನೇ ಒಲವು ಎಂದಿದೆ

ನಿನ್ನ ಒಲವಿಗಾಗಿ ಕಾದು ಕುಂತಿದೆ

ಹೇಳು ನೀ ನನ್ನವನು ಎಂದು ಕೂಗಿ ಕೇಳಿದೆ

ಸಮಯದಿ ಜಾರದ ಮುದ್ದು ನೀನು

ರವಿವರ್ಮನ ಕುಂಚದ ಅರಗಿಣಿ ನೀನು

ಯಾರು ಅಳಿಸದ ರಂಗೋಲಿ ನೀನು

ನಿನ್ನ ನುಡಿಗಾಗಿ ಕಾದಿರುವ ಮೂಖ ಪ್ರೇಮಿನಾನು

ಬಾಳು ಎಂಬ ಚದುರಂಗದಾಠದಿ

ಮೆರೆವ ರಾಣಿ ನೀನು

ನಿನ್ನ ಪ್ರೀತಿ ಅಂಬಾರಿಯ

ಮೆರೆಸೋ ರಾಜನಾನು

ಬ್ರಹ್ಮ ಆಡಿದ ಆಟವೆ

ಅಂತ್ಯ ಕೊನೆಗೆ ಇಲ್ಲಿ

ಈ ಸಾಮ್ರಾಜ್ಯದಿ ಬಾಳೋಣ
ನಮ್ಮ ಪ್ರೀತಿ ಚೆಲ್ಲಿ
ನಿನ್ನ ಗೆಲುವನೋಡುವ
ಹುಚ್ಚು ಪ್ರೇಮಿ ಇಲ್ಲಿ.

58. ಏ ನೀನು ಕುಡುಕ

ಕುಡುಕ ಕುಡುಕ ಎನ್ನಬೇಡ

ಕುಡುಕನ ನಡೆಯ ಜರಿಬೇಡ

ಮತ್ತಿನಲಿ ಮಾತಾಡುವ

ಸಿಟ್ಟಿನಲ್ಲಿ ಕೂಗಾಡುವ

ರೂಚ್ಚಿಗೆದ್ದು ರೇಗಾಡುವ

ಮನಸಲಿ ಇರುವ ನೋವ

ಬಿಚ್ಚಿ ಬಿಚ್ಚಿ ಹೊರ ಹಾಕುವ

ನೋವುಗಳು ನೂರೆಂಟು

ಬೆಳೆದ ಪರಿ ನೋವುಂಟು

ಅಳಿಸದ ಯಾತನೆ ಮನೆ ಮಾಡಿದೆ

ಕಂಡ ಕನಸು ನೂರೆಂಟಿದೆ

ಕನಸಿಗಾಗಿ ನಾ ಕುಡಿದೆ

ಜೀವನದಲ್ಲಿ ಯಾವುದು ನೆರವೇರದೆ

ನೋವು ಮನಸಲ್ಲಿ ನನ್ನ ಕಾಡಿದೆ

ಕುಡುಕರಲಿ ನೂರೆಂಟು ವಿಧ

ನೋವಿಗಾಗಿ ಕೂಡಿವರು ಸದಾ

ಕುಡಿದು ಕುಡಿದು ಏರಿದೆ ಮದ

ನಿಮಗಾಗಿ ಏಳುತಿರುವೆ ಪದ

ತಟ್ಟುವೆನು ಮನೆಯ ಕದ

ಏರಿದಾಗ ನಶೆಯ ಹದ

ನೋವಿಗಾಗಿ ಕೂಡಿವರು

ನಶೆಯಿಂದಲೇ ಅಲೆವರು

ಜೀವನವ ಮರೆವರು

ಮರೆತು ಮಾತಾಡುವರು ಯಾರು ನನ್ನವರು

ಯಾರಿಗಾಗಿ ನಾನು ಕುಡಿವುದು

ಕುಡಿದು ದೇಶಕ್ಕಾಗಿ ದುಡಿವುದು

ನನ್ನನಾ ಕುಡಿದು ಮರೆವುದು

ಕುಡಿದ ಅಮಲಿನಲಿ ಆಕಾಶದಿ ಹಕ್ಕಿಯಂತೆ ಹಾರುವುದು

ಜಾರಿ ಬಿದ್ದು ನಡುದಾರಿಯಲ್ಲಿ ಮಲಗುವುದು

 ಕುಡಿದು ಮಾಡುವೇನು ಬೋಧನೆ

 ಯಾರು ಕೇಳಬೇಕು ಇವರ ಮಾತಾನೇ

 ನೋಡಿ ನಗುವರು ಇವನ ಸುಮ್ಮನ್ನೆ

 ಕೊಡಬೇಡ ನೀನು ರೋದನೆ

 ಏ ಕುಡುಕ ಕುಡಿದು ಮಲಗು ನೀ ತಣ್ಣನೆ

 ನಿನ್ನ ನಂಬಿದವರಿಗೆ ತಪ್ಪುವುದಿಲ್ಲ ವೇದನೆ

 ಕುಡುಕರಿಗಾಗಿ ಬರೆದೆ ಕವನ ಹಾಗೆ ಮೆತ್ತನೆ

 ಬೈ ಬೇಡಿ ನನ್ನ ಓದಿ ನನ್ನ ಕವನವನೆ.

59. ಒಡೆದ ಬದುಕು

ಒಲವಾಗೋ ನಿನ್ನ
ಸೆರೆಯಿಡಿಯಲ್ಲಿ ಹೇಗೆ ಚಿನ್ನ
ನಿನ್ನ ಮುದ್ದೂ ಪ್ರೀತಿಯನ್ನ
ಮುದ್ದಾಡಲೆ ರನ್ನ

    ಕನಸಲ್ಲಿ ಕಂಡೆ ನಿನ್ನ ಪ್ರತಿಬಿಂಬವ
    ಸಣ್ಣ ಹನಿಯೊಂದು ಚೂರುಮಾಡಿತು
    ನನ್ನಯ ಒಲವ ಬಿಂಬ.

ಮನಸು ಮನಸು ತಾಗುವ ಮುನ್ನ
ಒಲವಾಯ್ತು.
ನಾ ಕಂಡ ಕನಸು ನಿನ್ನಿಂದ
ನೆಲೆಯಾಯ್ತು.
ನಿನ್ನನಾ ಸೇರುವ ಒಳಗೆ
ಜೇಡರ ಬಲೆಯಾಯ್ತು.

    ಮಧುರ ಭಾವದಿ ಹಾಡೊಂದು
    ಹಿತವಾಯ್ತು.
    ಸಂಗೀತದ ನಾದಕೆ ಹೃದಯ
    ಕುಣಿದಾಯ್ತು.
    ನಿನ್ನ ನೋಡುತನ ನಗೆಯಾಕೋ
    ಮನಸಾಯ್ತು.

ನಿನ್ನ ಬಿಟ್ಟಿರದೆ ಜೀವತೊಳಲಿದೆ
ನೀ ಬಳಿ ಬಾಎಂದುಮನಸ್ಸುಕೂಗಿದೆ
ನಿನ್ನ ಆಸೆ ಹೊತ್ತು ನಾನುತಿರುಗಿದೆ
ನೀ ಇರದೇ ಏಕೋ ಬದುಕು ಒಡೆದ ಕನ್ನಡಿಯಾಗಿದೆ.

60. ನೋವಾಟೊ ಜೂಬ್ಲೀ

ವಿದ್ಯಾಭ್ಯಾಸದ ಎರಡು ವರ್ಷ
ಕಂಡ ಹೊಸ ಹರುಷ
ಮರೆಯಾಗೋ ದಿನಗಳು
ಮರೆತ ಮನಸಿನ ಕಲೆಗಳು

ಸೇರ ಬಾರದಿತ್ತು ನಾವೂ ಇಲ್ಲಿ
ಸೇರಿದೆವು ನಾವೂ ತಿಳಿಯದೆಇಲ್ಲಿ
ರಸಾಯನಶಾಸ್ತ್ರ ಏಕೋ ಕಷ್ಟ
ಓದಿದ್ದು ಮರೆತೊಗೂ ಕಾಯಿಲೆಯೇ ಇಷ್ಟ

ಕಲಿತಿದ್ದು ಎಷ್ಟೋ
ಮರೆತಿದ್ದು ಎಷ್ಟೋ
ಕುಣಿದ ನೆನಪು
ನಲಿದ ಕ್ಷಣ ಹೊಳಪು
ಹೊಸದಾಗಿ ಬೆರೆತು
ಗೆಳೆತನದಿ ಕಲೆತು
ನೋವುಗಳ ಮರೆತು
ಕಷ್ಟಗಳ ಅರಿತು

ಪರೀಕ್ಷೆಗಳ ಬರೆದು
ಉತ್ತಿರ್ಣಕ್ಕಾಗಿ ಕಾದು
ಬೇಜಾರು ಮನಸ್ಸಲ್ಲಿ
ಕಡಿಮೆ ಅಂಕಯಾಕೋ ಇಲ್ಲಿ

ಉಪನ್ಯಾಸಕರ ಶಪಿಸಿ ವಿಶ್ವವಿದ್ಯಾಲಯವ ಸ್ಮರಿಸಿ
ಕಣ್ಣುಮುಚ್ಚಿ ತೆಗೆಯುವುದರೊಳಗೆ
ಮುಗಿದು ಹೋಯ್ತು ಎರಡುವರ್ಷ
ನೆನಪುಗಳು ಕಾಡುವುದು

    ಮತ್ತೆ ಕಳೆದ ದಿನಗಳ
    ನೆನಪಿನಲಿ ಕಾಲವನು ದೂಡುವುದು
    ಯಾರಿಗೆ ಹೇಳುವುದು ನಮ್ಮ ಹಣೆಬರಹವೇ ಇದು
    ಎನುತ ನಗುತಾ ಮುಂದೆ ಸಾಗುವುದು.

61. ಒರೆ ನೋಟ

ಒರೆಗಣ್ಣ ನೋಟ
ಕಾಡಿತೇಕೆ ನನ್ನನ್ನೇ
ಮನಸ್ಸು ಬಂದು
ಏಕೋ ಕೂಗಿತೇಕೆ ಮೆಲ್ಲನ್ನೇ

ಆಸೆ ನೂರು ಹಾಗೆ
ಬಯಸಿತು ನಿನ್ನನ್ನೇ
ಸನಿಹ ನೀ ಬರಲು
ನೋಟ ಚುಚ್ಚಿತು ತಣ್ಣನ್ನೇ

ಮಿಡಿವ ಹೃದಯ
ಕನಸ್ಸು ಕಂಡಿದೆ
ಒಲವ ಬಯಕೆ
ನೂರು ಕಥೆಯ ಹೇಳಿದೆ

ನಿನಗಾಗಿ ಪ್ರೀತಿ ಮೋಹ
ನೀನೇ ನನ್ನ ಒಲವದಾಹ
ಕಣ್ಣ ಮುಂದೆನೀ ಬಂದು
ಹೇಳು ಒಮ್ಮೆ ನನ್ನವನ್ನೆಂದು

ಕೊಡುವೆನಾ ನನ್ನೇ
ಮರೆತ್ತೋಯ್ತು ನೆನ್ನೆ
ಪ್ರೀತಿ ಬೆಸುಗೆ ನೆನೆದು ತನ್ನೆ
ನೀ ನನ್ನ ಮಧುರ ಸೊನ್ನೆ.

62. ನಾಗರ ಹಾವು

ದಾರಿಯಲ್ಲಿ ನಡೆವಾಗ
ಹುಲ್ಲ ಹಾಸಿನ ಮೇಲೆ
ಹರಡಿಬಿದ್ದಿತ್ತು ಹಾವು
ತಡೆಯಲಾರದೇ ಕಾವು

  ನೋಡದೆ ನಾ ತುಳಿದೆ
  ಬುಸ್ಸುಗೂಟ್ಟಿತ್ತು ಸರ್ಪ
  ಹೆಡೆಯಲ್ಲಿರೋಷದ ದರ್ಪ
  ಕಲಕಿತು ಮನಸ್ಸು
  ಬೆದರಿತು ದೇಹ
  ಹೆದರಿತು ಜೀವ
  ನೋಡಿ ಹೆಡೆಯೆತ್ತಿದ ಹಾವ

ಕೆಣಕಿದೆ ಹಾವ
ಹಾವು ಇಟ್ಟಿತ್ತು ದ್ವೇಷ
ವಿಧಿಯಿಲ್ಲದೇ ಹಾವ
ಸಾಹಿಸುವ ರೋಷ

  ಬಿಟ್ಟರೆ ನಾ ಕೆಟ್ಟೆ
  ದೊಣ್ಣೆಯಲ್ಲಿ ಬಡಿದೀಟ್ಟೆ
  ಬೆಂಕಿಯಲ್ಲಿ ಸುಟ್ಟೆ
  ದೇವರ ಬಳಿ ಬಂದು
  ಎಳ್ಳುದೀಪ ಹಚ್ಚಿ ಬಿಟ್ಟೆ

ಮಾಡಿದೆ ನಾ ಪಾಪ

ತಡೆದು ಬಿಡು ಹಾವಿನ ಶಾಪ

ಇದು ಯಾವಜನ್ಮದ ತಾಪ

ಮನದಿ ಮೂಡಿದೆ ರೂಪ

ದೇವರ ಬೇಡಿದೆ

ಪಾಪ ಪ್ರಜ್ಞೆಯು ಕಾಡಿದೆ

ತಿಳಿಯದೆ ನಡೆದ ಘಟನೆ

ಮನಸ್ಸನು ಹಿಂಡಿದೆ.

63. ಒಲವಿನ ಮಿಡಿತ

ಕನಸಲು ಕಾಣದ ಕವಿತೆನೀನು
ನನ್ನ ಎದೆಯ ಬಡಿತವೇನೀನು
ಕಣ್ಣಲಿ ಕಂಡ ಚಿತ್ರವೇನೀನು
ಆಕಾಶದಿ ಮಿನುಗುವ ನಕ್ಷತ್ರವೆನು
ನನ್ನ ಒಲವಿನ ಮಿಡಿತವೇನೀನು

 ಕಾಣದೆ ನಿನ್ನ ಮನಸ್ಸು ನೊಂದಿದೆ
 ಹೃದಯದ ಬಡಿತ ನಿನ್ನನೇ ಕೂಗಿದೆ
 ವಸಂತ ಮಾಸದಿಚಿಗುರೆಲೇ ಕರೆದಿದೆ
 ಹರಿಯುವ ನದಿಯು ನೀ ನನ್ನವಳು ಎಂದಿದೆ

ಯಾರಿಗೂಸಿಗದ ಮಾಯೆಯೇ ನೀನು
ಕನಸಲಿ ಕಂಡ ಅಪ್ಸರೆಯೇನು
ಒಲವಿನ ಸೆಳೆತಕೆ ಸಿಕ್ಕನಾನು
ನಿನ್ನನ್ನು ಬಯಸಿಲ ಲೆದಾಡಿಹೆನು

 ಪ್ರೀತಿಯ ಸಮುದ್ರದಿ ತೇಲೋ ದೋಣಿ
 ಆಕಾಶಕೆ ಹಾಕಲು ಹೊರಟೆ ಏಣಿ
 ಸಿಗುವುದೇ ನನ್ನಗೆ ನಿಮ್ಮನೆ ಓಣಿ
 ನೀನೇ ನನ್ನ ಮನಸ್ಸಿನ ರಾಣಿ.

64. ಮದುವೆ ಮುಂಚೆ ಇಂಚೆ

ಮದುವೆಯ ಮುಂಚೆ ನಾನು ಒಂಟಿ
ಬಯಸಿತು ಮನವು ಏಕೋ ಜಂಟಿ
ಸಿಕ್ಕಳು ನನಗೆ ಒಬ್ಬಳು ತುಂಟಿ
ನೋಡಲು ಇವಳು ಗೋರಂಟಿ

ಸಾಗಿತು ಜೀವನ ನಗುವಿನಲಿ
ಮಾಗಿತು ಮೈಮನ ಉಲ್ಲಾಸದಲಿ
ಹಾರಿತು ಮನಸ್ಸು ಆಕಾಶದಲಿ
ತೇಲಿತು ಜೀವನ ಸಮುದ್ರದಲಿ

ಸಾಗುತ ಸಾಗುತ ಏಕೋ ಬೇಸರ
ಮಾತು ಮಾತಿಗೂ ಪ್ರೀತಿಯೇ ಅಪಸ್ವರ
ದಿನವು ಕೂಡ ನೋಡುವೆ ಮುಷ್ಕರ
ಮರೆಯಿತೇ ಕಲಿತ ಸಂಸ್ಕಾರ

ಮದುವೆಯ ನಂತರ ಜೀವನ ಸಾಗಿದೆ
ಬದುಕಿ ನಾ ಹೇಳುಬೀಳು ಕಂಡಿದೆ
ನೋವು ನಲಿವಿನ ಊಟವ ಉಂಡಿದೆ
ಮನಸ್ಸುಗಳು ಪೂರ್ತಿಮಾಗಿದೆ

ಹುಟ್ಟಿದ ಮಕ್ಕಳು ಬೆಳೆದು ನಿಂತರು
ಮಾಡಿದ ಆಸ್ತಿಗೆ ಜಗಳಕೆ ಕುಂತರು
ಯೋಚನೆ ಮನದಲಿ ಸುಮ್ಮನೆ ನಿಂತರು
ಯಾರಿಗೆ ಹೇಳಲಿ ಮನದ ಕೆಸರು

ಕಾಲವ ಕಳೆಯುತ ಜೀವನ ದೂಡುತ

ದೇವರ ಬೇಡುತ ಮನದಲಿ ಮರುಗುತಾ

ಹುಟ್ಟು ಸಾಕು ಜೀವನ ಸಾಕು

ಮಾನವನ ಜೀವನ ಮತ್ತೆ ಬೇಕು

ಕಾಣದಲೋಕ ಕೈಬಿಸಿ ಕರೆದಿದೆ

ಸ್ವರ್ಗದ ಬಾಗಿಲು ತೆರೆದಿದೆ

ಮಸಣದ ಹೂವು ನಗುತಾ ಕೇಳಿದೆ

ಬರೆದ ವಿಧಿಯೂ ನೀ ಮುಡಿ ಎಂದಿದೆ.

65. ನನ್ನಾಸೆ ಹೂವು

ನನ್ನಾಸೆ ಹೂವಿಂದು

ನಸು ನಗುತಾ ಅರಳಿದೆ

ನೂರೆಂಟು ಕನಸ

ಸಿಹಿ ಹೊತ್ತು ತಂದಿದೆ

      ಕಾಣದ ಆಸೆಯೊಂದು

      ಕೈಬಿಸಿ ಕರೆದಿದೆ

      ನನ್ನ ನೂಕಿ ಮನವ ಕಲಕಿ

      ದೂರಾಗೋ ಬಯಸಿದೆ

ಎಷ್ಟು ಪ್ರೀತಿ ಕೊಟ್ಟರು

ದುಂಬಿ ಕನಸ ಕಂಡಿದೆ

ಮನಸ್ಸೇಕೋ ಇಂದು ಚೂರಾಗಿದೆ

ಯಾರಿಗೆ ಹೇಳಲಿ ನೋವನು

ಒಲವೇಕೋ ಮೌನದಲ್ಲಿ ಬರಿದಾಗಿದೆ

ಮೋಡದ ಮಳೆಯೂ ಸುರಿದು

ಕಣ್ಣ ಹನಿಯು ನೀರಾಗಿದೆ

      ಕನಸ್ಸಿನ ಮೂಟೆ ಸವೆದು

      ಪ್ರೀತಿಮಂಜಿನಂತೆ ಕರಗೋಗಿದೆ

      ಗುಬ್ಬಚ್ಚಿ ಗೂಡಿನಲ್ಲಿ ಹಕ್ಕಿ ಇರದೇ

      ಜೋತಡೋ ಮನೆಯಾಗಿದೆ

ನಸುನಕ್ಕ ಹೂವೊಂದು

ಮನದಲ್ಲಿ ಬೆಂಕಿಇಟ್ಟು

ನಗುವಿನಲ್ಲಿ ನನ್ನ ಸುಟ್ಟು

ಬೇರೆಯ ಹೃದಯದ ಪಾಲಗಿದೆ

ನೀರಿನಲ್ಲಿ ಮೂಡಿದ

ಬಿಂಬವೊಂದು

ಸಣ್ಣಹನಿಗೆ ಭಾಯಿಯೆ

ಮಾಯವಾಗಿದೆ.

66. ಪ್ರೀತಿನೋವು

ಮನಸ್ಸು ಯಾಕೋ ಬರಿದಾಯ್ತು.

ನಿನ್ನ ನೆನಪೇ ಕೊನೆಯಾಯ್ತು.

ಯಾರು ಬರೆದ ಹಣೆಯ ಬರಹ

ಅಳಿಸಲಾರದ ನೋವೇ ವಿರಹ

ನೀನು ಇರದ ಬದುಕು

ಕಾದ ಕಬ್ಬಿಣದ ಸರಕು

ಬಾಳ ನೊಗವೆ ಬಿರುಕು

ತಿರುಗೋ ಕಾಲ ಚಕ್ರ ಮುರುಕು

ನೂರು ಬಾರಿ ದೇವರ ಶಪಿಸಿ

ಒಲವಿಗಾಗಿ ಪರಿತಪಿಸಿ

ಕಾಣೆಯಾಯ್ತು ಕಂಡ ಕನಸ್ಸು

ಕುಲುಮೆಯಾಗಿದೆ ಈ ಮನಸ್ಸು

ಕಣ್ಣಹನಿಯು ರಕ್ತವಾಯ್ತಿ

ಜೀವನದ ಕಥೆಯು ಮುಗಿದೋಯ್ತು

ಹಾಳೆ ಹರಿದು ಗಾಳಿಪಟವು

ಗಾಳಿಯಲ್ಲಿ ಹಾರದಾಯ್ತಿ

ಬಾಳ ಆಟದಲ್ಲಿ ಸೋತೆನಾನು

ದಾರಿತಪ್ಪಿ ಅಲೆದೆ ನಾನು

ತನುವು ಒಮ್ಮೆ ಹಾಗೆ ಕರಗಿ

ಬಾರದೆ ಹೃದಯ ಮರುಗಿ

ನೀನು ಇರದಲೋಕ ಶೂನ್ಯ

ನಿನ್ನ ನಗುವೇ ಪ್ರೀತಿಮಾನ್ಯ

ಬದುಕು ಒಂದು ಬರಡು ಭೂಮಿ

ನಾನು ನಿನ್ನ ಹುಚ್ಚು ಪ್ರೇಮಿ.

67. ಕನಕದಾಸ ಪದ

ಕುಲ ಕುಲವೆಂದು ಕುಣಿದಾಡುವರು

ಹೆಣ್ಣಿನ ಮೋಹಕೆ ಬಲಿಯಾಗುವರು

ನೆಲ ಜಲಕ್ಕಾಗಿ ಕೀರುಚಾಡಿಹರು

ಜಾತಿ ಮತಕೆ ಬಡಿದಾಡುವರು

ಹೆಣ್ಣುಮಾಯಿಯೋ ಹೊನ್ನುಮಾಯಿಯೋ

ನೀ ಮಾಯಿಯೋನಿ ನ್ನಲೋಳಗಿರುವ ಆತ್ಮಮಾಯಿಯೋ

ಹುಟ್ಟುವಾಗ ತರಲಿಲ್ಲ ಸತ್ತಾಗ ಒಯ್ಯಲಿಲ್ಲ

ಮಾಡುವುದು ಹೊಟ್ಟೆಗಾಗಿ ಗೇಣು ಬಟ್ಟೆಗಾಗಿ

ಬಡಿದಡ ಬೇಡವೋ ಮನುಜ

ಬದುಕಿನ ಭಾಯೆ ಮೂರೇ ದಿವಸ

ನರಹರಿಯ ಕೂಗಿದರು ಬಾಗಿಲನು ತೆರೆದು ಸೇವೆಗೆ

ಚಂದ್ರನನೇ ಮುರಿದ ಮೂರಕಣ್ಣ ಶಿವನು

ನೀನ್ಯಾವಲೆಕ್ಕ ಏಳಲೇ ಮನುಜ

ಖಂಡ ತುಂಡುತಿಂದು ಅಂಗಡಿಮುಂಗಟ್ಟಿನಲ್ಲೂ ವ್ಯಂಗ್ಯ

ಗುಟ್ಟು ಹಿರಿದೇನು ಕಿರೀದೇನು ಸರ್ವಜ್ಞನ ನೆನೆಸು

ದೇವರಿಲ್ಲದ ಗುಡಿ ಬಾವವಿಲ್ಲದ ಬಕುತಿ

ಧರ್ಮವಿಲ್ಲದ ಅರಸು ಒಕ್ಕಲಿಲ್ಲದ ಊರು

ಸೊಕ್ಕಿ ನಡೆವ ಮನುಷ್ಯ ಅವಕ್ರೂರ ಕೃತ್ಯ

ಇದುವೇ ಈಯುಗದಿ ನಡೆವ ಘೋರಸತ್ಯ

68. ಮಾತಲ್ಲಿ ಬೆಲ್ಲ

ನಲ್ಲೆಯೇ ನಿನ್ನ ನೋಟಕೆ
ಸುಮ್ಮನೆ ಸೋತಿಹೇ ನಾನೀಗ
ನಿನ್ನ ಮೋಹಕ ನಗುವಿಗೆ
ಪ್ರೇಮಿಯೂ ನಾನೀಗ

       ಮಾತಲ್ಲಿ ಬೆಲ್ಲ ಮುದ್ದಾದ ಗಲ್ಲ
       ಸವಿಯಲಿ ಹಿಡಿದ ನಾನೆನಲ್ಲ
       ಪಿಸುಪಿಸು ಮಾತು ಹಾಡುಮೆಲ್ಲ
       ಬಳುಕುವ ಸೊಂಟ ಕಾಮನಬಿಲ್ಲ

ಹದಿಹರೆಯದ ವಯಸ್ಸು
ಉಕ್ಕುವ ಸುಂದರ ಸೊಗಸು
ಮನದಲ್ಲಿ ಬಿತ್ತಿದೆ ಕನಸ್ಸು
ಏಕೋ ಏನೋ ನಿನ್ನ ಮೇಲೆ ಮನಸ್ಸು

       ಕಾಡುವ ಸುಂದರ ಮೊಗದೊಳೆ
       ಮುಡಿಯಲ್ಲಿ ಮಲ್ಲಿಗೆ ಮುಡಿದವಳೇ
       ಕಣ್ಣಲೇ ನನ್ನ ಕರೆದವಳೇ
       ನಗುವಲ್ಲಿ ನನ್ನ ಸೆಳೆದವಳೇ

ಕುಂತರು ಹಾಗೆ ನಿನ್ನ ಧ್ಯಾನ
ನಿನ್ನ ಮಾತು ಸುಂದರ ಗಾನ
ಆಸೆ ಏಕೋ ಬಯಸಿ ಮಿಲನ
ಪ್ರೀತಿಗೆ ಪ್ರೀತಿಯ ನೆನಪೇ ಮೌನ.

69. ಯುಗಾದಿ

ನವ ವಸಂತದ ಯುಗಾದಿ
ಹೊಸ ವರುಷದ ಬುನಾದಿ
ಚಿಗುರೆಲೇ ಚಿಗುರಿ ವನದಿ
ಹಕ್ಕಿ ಚಿಲಿಪಿಲಿ ಕೂಗಿ ಸಂತಸದಿ

ಮುಂಗಾರು ಮಳೆಯೂ ಬಂತು
ನೊಗವ ಕಟ್ಟಿ ಜಗವ ಗೆಲ್ಲುವಂತೆ
ಹುಲುಮೆ ಭೂಮಿ ಅಸನು ಆತು
ರೈತನ ಮೊಗಾದಿ ಖುಷಿ ತಂತು

ಅರಿಶಿನ ಎಣ್ಣೆ ನೀರು ಮೈ ತಾಕಿ
ಚರ್ಮದ ಕಣವ ಇಂಚಿಂಚು ಸೋಕಿ
ಕೊಳೆಯೋತೆಗೆಯೋ ಸ್ನಾನವೇ
ಪಾಪಕಳೆಯೋ ಯೋಗವೆ

ಆಗಸದಿ ತುಂಡಾದ ಚಂದಿರ
ನೋಡಲು ಏಕೋ ಅವಸರ
ಕಂಡ ಒಡನೆ ಬೇವು ಬೆಲ್ಲ
ಕಷ್ಟಸುಖವು ಸಮದಿ ಬಾಳಲ್ಲಾ

ಊರ ತುಂಬಾ ಒಳ್ಳೆ ಸಡಗರ
ಹಿರಿಯರ ಆಶೀರ್ವಾದ ಜಯಕರ
ಈ ವರುಷ ಮಳೆಯೂ ಜಾಸ್ತಿ
ಬೀಸೋ ಗಾಳಿ ಕಡಿಮೆ ಓ ಹರ.

70. ಏನಿದುಗೋಳು

ಓ ದೇವರೇ ಒಮ್ಮೆ ನೀ ಕೇಳು
ಏನಿದು ಗೋಳು
ಕಣ್ಣ ನೋಟಕೆ
ಕುಣಿದಿದೆ ಬಾಳು

    ತುಂಟ ನಗೆ
    ಬೀರಿದೆ ವಯಸ್ಸು.
    ಮಾತು ಮಾತು
    ಮುತ್ತಾಗೋ ಕನಸು.

ಒಲವ ಪಯಣದಿ
ಪ್ರೀತಿ ಮರೆತ ಹೂವು
ಅರಳುವ ಮುಂಚೆಯೇ
ಯಾಕೋ ಬಾಡಿದೆ
ಮನದ ಆಸೆಯ
ಕಿತ್ತು ತಿಂದಿದೆ

    ನೋವ ತಾಳದೇ
    ಮನವು ಬೇರೆ
    ದಾರಿ ಹಿಡಿದಿದೆ
    ಕಾಣದ ಲೋಕ
    ಕೈಬಿಸಿ ಕರೆದಿದೆ

ಪ್ರೀತಿಲಿ ಸೋತು
ನೊಂದ ಮನವನು
ಸಂತ್ಯೈಸಿ ಹೇಳಿದೆ
ನನ್ನ ಆಳುವ ದೊರೆ ನೀನೇ
ಈ ಲೋಕವು ನಾನೇ

ಏನಿದು ಗೋಳು
ಓ ದೇವರೇ ಕೇಳು
ಕಣ್ಣ ನೋಟಕೆ
ಕುಣಿದಿದೆ ಬಾಳು

ಜಗವ ಗೆಲ್ಲೊ
ಚಲದಿ ಬಂದ
ಇವನ ಬದುಕು
ತರಗೇಲೇಯಂತೆ
ಹುದುರಿ ನಿಂತಿದೆ

ಸಾವು ಒಂದು
ಸನಿಹಕೆ ಬಂದು
ಕನಸು ಕೊಂದು
ನೂರಾಸೆ ತಿಂದು
ಬದುಕ ಮುಗಿಸಿದೆ
ಓ ದೇವರೇ ನೋಡು ಗೋಳು
ಈ ಸಾವು ನ್ಯಾಯವೇ ಹೇಳು